ஏஞ்சல்

A COMPLETE LOVE

அருண் விஜய்

ISBN 979-888606708-8

இந்த புத்தகம் அனைத்து காதல்லருக்கும் சமர்ப்பணம்

ஒரு பெண் சொல்ல முடியாத பிரச்சனையில் உள்ள அனைத்து
பெண்களுக்கும் சமர்ப்பணம்

பொருளடக்கம்

அணிந்துரை

இந்த புத்தக்கத்தை எழுதியவர் திரு அருண் விஜய் ஆகும் .

இவருக்கு பள்ளிபருவத்தில் ஏற்பட்ட பள்ளி ஆசிரியர் மீதான காதலைக் கற்பனையாக கொண்டு இவர் இந்த கதையை எழுதி உள்ளார்.

இந்த புத்தகம் இன்று பெண்களுக்கு அவர்கள் கூடவே இருக்கும் நபர்களால் கூடா ஆபத்து வரலாம் எண்டு உணர்த்தும் கதை

முன்னுரை

இந்த கதை ச நான் திரைப்படம் எடுப்பதற்குகாக வைத்து இருந்த கதை அனால் தற்போது உள்ள சூழ்நி-லைக்காரணாமாக நான் இதை எடுக்க முடியாமல் போனது

அதுனால் நான் இந்த கதையை ஒரு புத்தகம்மாக வெளியிட முடிவு செய்து இங்கே கொண்டு வந்து உள்ளேன்

அனைவரும் படித்து பாருங்கள் மிக அற்புதமான கதை ஒரு பெண்ணை ஆண் எப்படி பாத்துக்கணும் அவருகளுக்கு நாம் குடுக்க வேண்டியா மரியாதையை குடுக்க வேண்டும் என்பது தான் இந்த கதை உணர்த்தும்.

முகவுரை

இந்த கதை இரண்டயிரத்து பதினைந்து ஆண்டு நடைபெ-
ரும் கதையாகும் அந்த கதை களம் திருச்சி மற்றும் பெங்-
களூர் அடிப்படியாக கொண்டது .

இதை ஒரு கர்பனையாக சொன்னால்

ஒரு நாள் ஒரு தேவதை ஒரு வன பகுதியில் மாட்டிவி-
டுகிறாள் அங்கிருந்த மிருகம் எல்லாம் அந்த தேவதையை
வேட்டையாட நீனைகிறது அப்போது அங்கே ஒரு வேட்-
டைக்காரன் வருகிறான் அவன் அந்த தேவதையை பார்கி-
றான் அப்போது அவனுக்கு அந்த தேவதை மேல் காதல்
வருகிறது அதன் பிறகு அந்த தேவதை வேட்டைக்காரன்
மீது காதல் வைய படுகின்றாள் இது மிருக கும்பலுக்கு
தெரியாது அது தெரிந்த உடன் வேட்டைகாரனை கொள்ள
இந்த மிருக கூட்டம் நெனைகிறது ஆனால் இந்த வேட்-
டைக்காரன் ஒரு திட்டம் போட்டு அந்த மிருக கொம்பலை
வேட்டையாட நீனைகிறான் அது நடந்த இல்லையா என
வாங்க தெரிந்து கொள்ளலாம்

சிவா மற்றும் பிரியா தப்பித்தல்

ஒருநாள் மதியவேளையில் சிவா மற்றும் பிரியா இருவரும் ரோட்டில் நடந்து சென்றுகொண்டிருக்கின்றனர். அப்போது அவர்களை மறைந்து இருந்து சுட நினைக்கின்றனர் ஒரு கூட்டம். அப்போது சிவா திடிரென ஒரு ஆட்டோவில் பிரி-யாவை. ஏற சொல்க்கிறான் பிரியவும் ஏறுகிறாள் அப்-போது இவர்களை சுட வந்த நபர்கள் அந்த ஆட்டோவை பின்தொடர்ந்து செல்கின்றனர் அப்போது ஒரு சிக்னல்லில் மிகுந்த போகுவரத்து நெரிசல் உள்ளது ,அந்த ஆட்டோவை பிடிக்க முடியவில்லை,அதன் பிறகு ஒரு தேனீர் அருந்தும் கடையில் அந்த ஆட்டோ நிற்கிறது .அங்கே போய் பார்-கின்றனர் அப்போது அவர்களை காணவில்லை .இந்த நபர்-கள் போய் அந்த ஆட்டோ ஓட்டுனரிடம் கேட்கின்றனர் , அதற்கு அந்த ஓட்டுனர் தெரியவில்லை போக்குவரத்து நெரிசலில் நான் ஒரு சிக்னலில் வாகனத்தை நிறுத்தினேன் அப்போது அவர்கள் இறங்கி ஒரு இரண்டுச்சக்கர வாகனத்தை எடுத்துக்கொண்டு யாரோ வந்தார்கள் அப்-போது அவர்களோட போய்விட்டனர். அதற்கு அவர்கள் எதாவது பேசிக்கொண்டு வந்தார்களா. அதற்கு அந்த ஆட்டோ ஓட்டுனர் விமானநிலையத்துக்கு போகச்சொல்லி தான் ஆட்டோவில் ஏறினார்..என்று கூறினான். அதற்கு அந்த நபர்கள் சரி என்று சொல்லுகின்றனர் ,அப்போது உடனடியாக அங்கிருந்து கிளம்புகின்றனர்.அந்த ஆட்டோ ஓட்டுனர் அவர்களை பார்த்து தம்பி அவர்களை பார்த்தல் எனக்கு சொல்லு ஆட்டோ காசு நூறு ரூபாய் அவங்க குடுக்கணும் நான் அவங்க கிட்ட வாங்கிக்கிரரன் இல்ல போன்பே நம்பர் அனுப்பிவைக்க சொல்லு ,அந்த மர்ம நபர்-கள் அந்த ஆட்டோ ஓட்டுனரை கோவத்துடன் பார்த்து சரி என்று சொல்லிக்கொண்டு கிளம்புகின்றனர் ,

    அங்கிருந்து சென்ற அவர்கள் அவர்களை தேடி செல்ல ஆரம்பிகின்றனர்

சிவா மற்றும் பிரியா இருவரும் விமான நிலையதிருக்கு செல்லாமல் திருச்சி மத்திய பேருந்து நிலையத்தில் அந்த வாகனத்தில் செல்கின்றனர், அந்த பேருந்து நிலையத்தில் அவர்கள் வந்த வாகனத்தை நிறுத்தி விட்டு அங்கிருந்து விமானநிலயத்திருக்கு ஒரு உள்ளூர் போக்குவரத்து பேருந்-தில் ஏறி செல்கின்றனர் .

அப்போது பிரியா சிவாவை பார்த்து ஏர்போர்ட் போறோம் சொன்ன ஆனா இப்போ அங்க போகாம பேருந்து நிலையதிருக்கு வந்தோம் ,இப்போ ஒரு டவுன் பஸ் புடிச்சி இப்போ எங்க போறோம் .

அதற்கு சிவா நம்ம இப்போ பெரிய பிரிச்சனைல மாட்-டிகிட்டோம் இன்னும் கொஞ்ச நேரம் இங்க இருந்தோம் உன்ன கொன்னுடுவாங்க நம்மள ஆட்டோ பின்னாடி ஒரு கார் பின்தொடர்ந்து வந்தார்களே அவங்க உன் தாத்தா ஓட அடியாளுங்க அவங்க கிட்ட இருந்து முதல தப்பிக்கணும் என்னது தாத்தாவா அது யாரு எதுக்கு என்ன கொள்ள வரணும்! அதுவா இது பெரிய கதை நான் உனக்கு அப்புரம் சொல்லுறன்.

சரி நம்ம இப்போ எங்க போறோம் அதற்கு சிவா நம்ம ஏர்போர்ட் போறோம் ,அதுக்கு நேரா ஏர்போர்ட் போயிருக்-கலாம் இல்ல. இல்ல அதுக்கு ஒரு காரணம் இருக்கு நம்ம ஆட்டோவ பாலோவ் பண்ணி வந்தாங்க இல்ல அவங்க அந்த ஆட்டோகாரன் கிட்ட போய் கேட்டுரூப்பாங்க அவன் சொல்லிருப்பான் நம்ம ஏர்போர்ட் போறோம்ன்னு. அதனால அவங்க முதல்ல ஏர்போர்ட்ல தேடுவாங்க அதனால அவங்க நம்மள ஏர்போர்ட் தேடிட்டு டையர்டு ஆயி போயிருப்பாங்க இப்போ நம்மள தேடி வேற இடம் போயிருப்பாங்க.இப்போ நம்ம இப்போ போகலாம் ,

ஏர்போர்ட் போய் நம்ம எந்த ஊருக்கு போறோம் சிவா என பிரியா கேட்கிறாள் .அதற்கு சிவா பெங்களூர் போறோம் அங்க எதுக்கு அது நம்ம கோட்டை அங்க யாரும் தேடி வரமாட்டாங்க.

பேசிக்கொண்டபடியே ஏர்போர்ட் போகிறாற்கள். அங்கு போய் பார்த்த; அவங்க இன்னும் தேடி அந்த இடத்தில்லேயே இருகிறார்கள்

இதற்கு இடையில் அவர்கள் வந்து ஏர்போர்ட் வந்ததும் சிவா மற்றும் பிரியா இருவரையும் தேடுகின்றனர் அப்போது அவர்களுக்கு ஒரு போன் வருகிறது அதில் ஒருவர் அதாவது இந்த கதையின் முக்கிய வில்லன் அவர் பேசுகிறார் அவரது பெயர் பீம்கபூர் அவர் கேட்கிறார் என்ன அவங்களை முடிச்சுட்டிங்களா. அதற்கு இல்ல அவங்க தப்புச்சி ஏர்போர்ட் வராத தகவல் வந்துச்சி அதுக்கு தான் நாங்க ஏர்போர்ட்ல தேடிட்டு இருக்கோம். அதற்கு பீம் நீங்க வந்து எவ்ளோ நேரம் ஆகுது ஒரு ஒரு மணி நேரம் ஆகுது அதற்கு பீம் என் கணக்கு சரியாய் இருந்த இன்னும் அரை மணி நேரத்துல இங்க இருப்பான் ,என்ன பாய் சொல்லுரிங்க ஏ முட்டாள் அவன் உங்கள சுத்த விட்டுருக்கான் .இன்னும் அரைமணி நேரம் வெயிட் பண்ணு அவன் கண்டிப்பா வருவான் அவன் பஸ்ல போய்யிருக்கமட்டான் நம்ம தேட ரோடு வழியாதான் போயிருப்போம் ஏன நினைச்சு அவன் போக வேண்டியது ஒன்னு ட்ரைன்ல போயிருக்கனும் இல்லன விமானத்துல போயிருக்கனும் ,அவன் ட்ரைன்ல போல அதற்கு அந்த அடியாட்கள் அது எப்படி சொல்லிறிங்க அவன் ட்ரைன்ல போலன்னு.அதற்கு பீம் சிரித்துகொண்டே டேய் நான் அவன் வயசு என் அனுபவம் நம்ம பசங்க அங்க போய் செக் பண்ணிடாங்க இல்ல அவன் பஸ்ஸ்டான்ட் டவுன் பஸ்ல ஏறி ஏர்போர்ட் வந்துருப்பான். பஸ்ஸ்டான்ட்ல நம்ம ஆளுங்க ஒருத்தன் கூடா இல்ல இருந்தாலும் பஸ்ல போன திருச்சி சிட்டியா தான்றத்துகு ஒரு மணி நேரம் ஆகும் அது அவனுக்கு சேப் கிடையாது . அவன் ஏர்போர்ட் தான் வருவான் வெயிட் பண்ணு ஓகே.

அப்போது சிவா அங்கே வருகிறான் அந்த அடியாட்கள் நிற்பதை பார்கிறான் சிவா டென்ஷன் ஆகிறான். பிரியா அவனை பார்த்து ஏன் டென்ஷன்னா இருக்க அதற்கு சிவா இல்ல நம்ம அவங்கள எமத்துல அவங்க தான் நம்மல

எமத்திருகாங்க இவங்க நமக்காக வெயிட் பண்ணிட்டு இங்க இருக்காணுங்க இப்போ என்ன பண்ணறது சிவா, இவங்க கிட்ட சண்ட போடவும் நேரம் இல்ல யோசிச்சி சரியான முடிவு எடுக்கணும் நம்ம ஏன் பஸ்ல போககூடாது. என சிவா சொல்லுகிறான். அதற்கு பிரியா என்ன திட்டம் வச்-சிருக்க? சொல்லறான் நம்ம பஸ்ல போக தேவ இல்ல உன் போன்னா பெங்களூர் பஸ்லா வச்சிட்டு வர சொன்ன நீ வந்தியா? எஸ் வச்சிட்டு வந்தன .அத வச்சி என்ன பண்ண போற .யோசிக்கணும் அத வச்சி ஒன்னும் பண்ண முடியாது, சிவா அதிர்ச்சியால் அமைதியாக இருக்கிறான், அப்போது போன் எடுத்து அவனது நண்பன் தனுஷ் இருக்கு போன் செய்கிறான், அப்போது அவனது திட்டத்தை சொல்கிறான் ,அப்போது சிவா பிரியாவின் புகைப்படத்தை அனுப்பு மாறு கேட்க்கிறான் சிவா அனுப்பிவைத்தான் , அதன் பிறகு சிவா பிரியா பிரிச்சனை முடிஞ்சது இன்னும் அரைமணி-நேரத்தில் நம்ம ஏர்போர்ட் போறோம் , பிரியா அதற்கு என்ன பண்ண ,சொல்லறான் வா அதுக்கு முன்னாடி பசிக்குது வா போய் சாப்டலாம். என சொல்லிக்கொண்-டடே வெளிய போகிறார்கள் . இப்போ ஏர்போர்ட் அருகே போனால் அவர்கள் யாரும் இல்லை. இன்னும் ஐந்து நிமி-சத்துல நம்ம ஏர்போர்ட்ல இருக்கனும் என்ன பண்ண நீயும் நானும் greenmatee-ல எடுத்த போட்டோவ தனுஷ்க்கு குடுத்து நம்ம பஸ்ஸ்டான்ட்ல இருக்க மாறி எடிட் பண்ணி உங்க அப்பா நெம்பர்ல இருந்து இந்த அடியாட்கள்ளுக்கு whatsapp பண்ண சொன்ன unknown நம்பர்ல இருந்து அனுப்பனது அவங்க அது பொய்ன்னு கண்டுபுடிக்கறது முன்னாடி நம்ம ஏர்போர்ட் குள்ள போய் விமானம் ஏரியாக-வேண்டும் சரி பத்து நிமிஷத்துல நம்ம உள்ள போனும் சிவா பிரியா இருவரும் உள்ளே போகிறார்கள் .

இந்த அடியாட்கள் அவன் நினைத்தது போல அங்கி-ருந்து கிளம்பி விடுகிறாகள் சிவா மற்றும் பிரியா விமானம் ஏறிவிடுகிறார்கள். .

டேய் முட்ட பசங்கள பஸ்ஸ்டான்ட்ல என்னடா பண்ணுரிங்க ஐயா சுந்தரம். அந்த பொண்ணு ஓட அப்பாதான் டேய் அவன் செத்து அரைநாள் ஆகுது அவன் எப்படி போன் பண்ணுவான் இல்லை அவரு குரூப் ஆளுங் அவங்க பஸ்ல போற போட்டோ அனுப்பி அங்க இருக்கறாங்க சொன்னங்க அதுக்கு தான் அங்க போய் பார்த்தோம் ஆனா அவன் அங்க இல்ல, அதற்கு பீம் ஹே லூசுபசங்கள அவன் இந்நேரம் விமானம் ஏறி அவன் பொண்டாட்டி ஓட அணிமுன் போவான் அவனுக்கு எங்க போறான் பாத்து , ரூம் புக் பண்ணி குடு டேய் நீங்க இங்க வந்து எவ்ளோ நேரம் ஆகுது ,அரைமணி நேரம் ஆகுது சரி ஏர்போர்ட் போய் அரைமணி நேரம் முன்னாடி போன' விமானம் எதுன்னு பாத்து சொல்லு. .

சிவா மற்றும் பிரியா பெங்களூர்

சிவா மற்றும் பிரியா இருவரும் பெங்களூர் விமான நிலை-யத்தில் இறங்கி ஒரு காப்பி ஷாப் அருகே நின்று கொண்டு இருந்தனர் அப்போது பிரியா பெங்களூர் வந்துடோம் அடுத்து நம்ம எங்க போக போறோம் சிவா. சிவா அதற்கு நாம் கிருஷ்ணகிரி போகப்போறோம், ஹே லூசு அதுக்கு நேர கிருஷ்ணகிரி போயிருக்கலாம் இல்ல ,அதற்கு சிவா நம்ம கிருஷ்ணகிரி போயிருக்கலாம் நேர ஆறு மணிநேரம் ஆகும் நம்மள ரீச் பண்றதுக்கு சான்ஸ் இருக்கு அது மட்-டும் இல்ல இப்போ பெங்களூர் வந்த விஷயம் இந்நேரம் நம்ம எதரளிகளுக்கு தெரிஞ்சுருக்கும் .அவங்க வந்து இவ்-வொலோ பெரிய பெங்களூர் தான் முதல தேடுவாங்க தவிர கிருஷ்ணகிரி பத்தின யோசினை அவங்களுக்கு வராது கிருஷ்ணகிரி என் பிரண்ட்ஸ் கொஞ்சம் பேரு இருக்காங்க அவங்க நமக்கு தனிய 2 நாள் தங்க ஒரு வீடு பாத்து வச்சிருக்காங்க இப்போ நம்ம எப்படியாவது இங்கிருந்து அத்திப்பள்ளி டோல்கேட் போகணும் அங்கிருந்து எனக்கு தெரிஞ்சவன் ஒருத்தன் பைக் எடுத்துட்டு வந்துருவான் அவன்கிட்ட அந்த பைக் வாங்கிட்டு நம்ம ஏறி கிருஷ்ணகிரி போய் ராயக்கோட்டை போற வழில ஒரு கிராமம் இருக்கு அங்க செல்போன் சிக்னல் எடுக்காது சோ நம்ம அங்க போறதுக்கு 6 மணிநேரம் ஆகும் நம்ம அவங்க உங்க அப்பா பத்தின தகவல்கள ஒருத்தற்கு அனுப்ப வேண்டும் 2 நாள் கழிச்சு நம்ம சென்னை போகப்போரம். சரி எனக்கு ஏதும் விலங்கல.என்கிறாள் பிரியா. உன்ன மும்பை ரெட்-லைட் ஏரியக்கு உங்க தாத்தா விக்க போறான் சொன்-னான்ல அவன் எத்தன பேர வித்தான் தகவல நம்ம மீடியா கிட்ட சொன்னோம் ,உங்க அப்பா மேல நான் நீ குடுத்த மாறி வழக்கு ஒன்னு குடுத்துருக்கான் சரியா இப்ப பேசிட்டு

இருக்க நேரம் இல்ல வா லோக்கல் பஸ்புடிச்சி அத்திப்-பள்ளி போனும் என்று சொல்லிக்கொண்டு அந்த வழிய செல்லும் போது இரண்டு கல்லூரி மாணவர்கள் செல்லும் போது அவர்கள் வாயில் முனுமுனுத்து கொண்டே செல்-கின்றனர் .அவர்கள் இந்த மேம வேற 5 நிமஷம் லேட் ஆனதுக்கே வெளிய அனுப்பிருச்சி, மச்சான்.அதற்கு இன்-னொருவன் அந்த மேம்ம கரெக்ட் பன்னிரு ,அதை பார்த்த சிவா டேய் நானும் இப்படி பண்ணி தாண்ட பெரிய பிரிச்-சனைல மாட்டிருக்கன், என்று மனதுக்குள் சொல்கிறான் பிரியாவை பார்த்து .அப்போது சிவா அத்திப்பள்ளி பஸ் ஏறுகிறான்

சிவா பிரியா முதல் சந்திப்பு

இப்போது நாம் பிரியா சிவா இருவரின் முதல் சந்திப்பு மற்-
றும் அவர்கள் எதற்காகக இந்த பிரிச்சனையில் சிக்கி உள்-
ளனர் என்று பாப்போம்.சிவா திருச்சி உள்ள st joesph
collegeல மூன்றாம் வருடம் படிக்கும் மாணவன் அவன்
எப்போதும் வகுப்பிற்கு தாமதமாக வரும் மாணவன் ஆனால
சுறுசுறுப்பாக மற்றும் அனைத்து பாடத்திலும் நன்றாக படிக்-
கும் மாணவன்.

அன்று ஜனவரி 12 கல்லூரியில் அவனுக்கு குறும்படம்
போட்டி இருக்கிறது ஆனாலும் அவன் வரவில்லை அதன்
பிறகு அவனது திரைப்படம் ஒளிபரப்பு செய்யபடுகிறது அப்-
போது அவன் உள்ளே வருகிறான் ,அப்போது அவன்
ஆசிரியர் உள்ளே விடுவதில்லை அதன் பிறகு சோகமாக
வெளியிய செல்கிறான் நீங்கள் நினைப்பீர்கள், இதை விட
பெரிய வேலை என்ன இருக்க போகுது என்று. ஆனால்
அவனுக்கு நமக்கு இருக்க மாறி அப்பா அம்மா இல்ல
அவன் பகுதி நேரம் வேலை செய்து தான் அவன் கல்லூரி
கட்டணம் இதர செலவு செய்கிறான் அவனுக்கு அரசு
அவனது கல்வி கட்டணத்தை செலுத்துகிறது ,

இப்போது நாம் அவனது குறும்படம் திரு கௌதம்
வாசுதேவ்' மேனன் பார்வை இடுகிறார் அப்போது
அவனுக்கு சிறந்த திரைக்கதை அமைப்பாளர் விருது
கிடைக்கபோகிறது

அனால் அதை வாங்க அவன் அங்கு இல்லை
அவனுக்கு மிகவும் பிடித்த இயக்குனர் கையால் அந்த
விருது கிடைக்கபோகிறது ,அனால் அந்த நிகழ்ச்சி நடை-
பெறும் அரங்கிற்குள் அவனால் செல்ல முடியவில்லை
என்ன செய்வது ,ஒவ்வொரு பிரிவிற்கும் வழங்கிக்கொண்டு
இருகின்றனர் அனால் திரைக்கதை பிரிவிற்கும் இன்னும்
இரண்டு பிரிவு தான் மீதமுள்ளது ,அப்போது அவனுடைய
ஆசிரியர் அவனது நண்பன் ஒருவனை பார்த்து சிவா

எங்கட இருக்கான்? சார் அவன் வந்த மேம் உள்ள விடல .சரி நான் பாத்துகுறேன் அவன உள்ள வர சொல்லு .சிவா- விற்கு அந்த பையன் போன் செய்து சார் உன்ன வரச்- சொன்னார் என்று சொல்கிறான்.

சிவா உள்ளே வருகிறான் அப்போது அந்த ஆசிரியர் நுழைவாயில் நின்று அவனை அழைத்துகொண்டு செல்கி- றார் அந்த ஆசிரியர் ஏண்டா உள்ள உடலன சொல்ல மாட்- டிய ஒரு போன் பண்ணி.இது உன்கனவு சரியா . அந்த அரங்கிற்குள் நுழைகிறான் அப்போது அவனது பிரிவு வரு- கிறது மேடையில் தொகுப்பாளர் அவனது பெயரை சொல்- லும்போது அந்த அரங்கமே சிவா சிவா என்று கரகோ- ஷம் ஒலிக்கிறது சுற்றி இருக்கும் மாணவர்கள் அனைவரும் அவனையே பார்கின்றனர் கெளதம் மேனன் அவர்களுக்கு எந்த அளவுக்கு வரவேற்பு கிடைத்தது போல இவனுக்கு கிடைக்கிறது ,மற்ற பிரிவு ஆசிரியர் அனைவரும் இவனை பார்த்து ஆச்சிரியம் அடைகின்றனர்.

சிவா பார்பதற்கு சாதரணமாக இருக்கும் மாணவன் எப்- படி வரவேற்பு கிடைக்கும்.. என்று அந்த அரங்கினுள் உள்ள மற்ற கல்லூரி மாணவர்கள் அனைவரும் வியப்பு அடைகின்றனர்

சிவா மேடையில் ஏறி கெளதம் மேனன் காலில் விழுந்து விருது வாங்குகிறான் , .கெளதம் மேனன் அவர்கள் அவனை பார்த்து நல்ல ரைடிங் ஸ்கில் இருக்கு இன்னும் உன் திறமைய வளத்துக்கோ .

நன்றி சார் ....

பெரும் போராட்டத்திற்கு பிறகு விருது கிடைக்கிறது. விருது நிகழ்ச்சி முடிகிறது .

அப்போது அவனை சந்திக்க ஒரு பெண் காத்துக்- கொண்டு இருக்கிறாள் அவளது பெயார் வைஷ்ணவி .அந்த பெண் பார்பதற்கு அவ்வோளோ அழகு ,அவன் அந்த பெண்ணிடம் வருகிறான் .அப்போது அந்த பெண் அவனை அழைத்து பேச ஆரம்பிக்கிறாள்

சிவா உன்கிட்ட கொஞ்சம் தனிய பேசணும் .சரி பேச-லாம் சொல்லுங்க .அவர்கள் இருவரும் சேர்ந்து stonebench அமர்ந்து பேச ஆரம்பிகிறார்கள் .அப்போது சில இடைவெளி விட்டு அவனது நண்பர்கள் இருவரும் அதை பார்க்கின்றனர் . அப்போது இந்த இரண்டு நண்பர்-களும் டேய் நம்ம செட்ல ஒருத்தன் கமிட் அக போறான் ! அதற்கு இன்னொருவன் டேய் அவன் அதுக்கு எல்லாம் அவன் சரிபட்டு வர மாட்டான். அப்போது சிவா மற்றும் வைஷ்ணவி இருவரும் கிளம்புகின்றனர் .

அப்போது சிவா அங்க வருகிறான் .என்ன மச்சான் லவ் ஓகே ஆயிடுச்ச . அதற்கு சிவா இல்ல நீ ஒரு நல்ல பையன பாத்து லவ் பண்ணிக்கோன்னு சொல்லிட்டு வந்தன .

அதற்கு அவனது நண்பன் டேய் 90-ஸ் கிட்ஸ் ஓட பீலிங் தெரியுமாட உனக்கு .சிவா அதற்கு எனக்குதெரியும் நீ இப்போ சாத்திட்டு வா பசிக்குது சாப்பட போலாம்.

சிவா மற்றும் அவனது நண்பர்கள் இருவருடன் சேர்ந்து கேண்டின் செல்கிறான் அப்போது அந்த இடத்தில் வைத்து மீண்டும் கேக்கிறான் , டேய் அந்த பொண்ணு கிட்ட என்ன சொன்ன . அதற்கு சிவா பேச ஆரம்பிகிறான் .டேய் அந்த பொன்னும் பேச ஆரம்பிச்சம .சரிடா அடுத்து என்ன நடந்-துச்சி சொல்லு .

அந்த பொண்ணு லவ்வ சொல்லுச்சி நான் முடியாது சொன்னான் .ஏன்டா டேய் அந்த பொண்ணு செம்ம அழகா இருந்துச்சி அதமட்டும் இல்லாம அந்த பொண்ணு பெரிய பணக்கார பொண்ணு .இப்படி போய் உன் லைப் வேஸ்ட் பண்ணிட்ட ,அதற்கு சிவா டேய் என் லைப் செட்டில் பண்ண நான் உழைச்சு முன்னுக்குவரனும் சரியாய் அது மட்டும் இல்ல எனக்கு அந்த பொண்ண சுத்தமா புடிக்கல அந்த பொண்ண பாத்து ஒரு பீல் கூடா வரல சரியா

அப்பா எப்படி பட்ட பொண்ணு வேணும்ன்னு சொல்லு? எனக்கு பாத்த பீல் ஆகணும் அவ்லோதான் .

சரிப எப்ப ! முடியல..

அடுத்த நாள் காலையில் கல்லூரி தொடங்கும் நேரம் வழக்கம் போல் கல்லூரி தொடங்கப்படுகிறது ,நமது சிவா வழக்கம் போல் தாமதமாக வருகிறான் .அப்போது அவன் வகுப்பறைக்கு செல்லும் ஒரு பெண் ஆசிரியர் பாடம் நடத்-துவதா தெரிகிறது இவன் போய் வகுப்பினுள் நுழைகிறான் .அப்போது அவன் பிரியாவை முதன் முதலில் பார்க்கிறான் .அவன் மனதில் எதோ ஒரு மாற்றம் ஏற்படுகிறது அவனுக்கு அந்த அளவுக்கு ஒரு மாற்றம் வருகிறது அப்போது அவன் பார்த்ததிலே அப்படி ஒரு அழகு அப்படி என்று அவனுக்கு தெரிகிறது. அவன் மனதில் எதோ ஒன்று தோன்றுகிறது அது அவனால் உணர முடிகிறது

பிரியா சிவாவை பார்த்து ஏன் லேட்? அதற்கு சிவா பஸ் லேட்ட ஆயிடுச்சி என்று சொல்கிறான் .

அதற்கு பிரியா சரி உள்ள போ நாளைக்கு லேட் வந்த உள்ள வரமுடியாது ,சிவா பிரியாவை பார்த்து கொண்டே செல்கிறான் அப்போது அவனது நண்பன் பிரகாஷ் டேய் இதுதான் உன் இடம் வா ,சரி நான் அங்க வரன்

வகுப்பு முடிகிறது அப்போது பிரியா வகுப்பை விட்டு வெளியே செல்கிறாள் பின்னாடி இவனும் செல்கிறான் சிவா பிரியாவை கூப்பிடுகிறான். பிரியா திரும்பி பார்த்து பேச ஆரம்பிக்கிறாள் சொல்லு ப .என்ன விஷயம் . சிவா மேம் எனக்கு உங்க போன் நம்பர் வேணும் ? பிரியா எதற்கு இல்ல டவுட் எதாவது இருந்த கேப்பன்ல. எந்த டவுட்டா இருந்தாலும் கிளாஸ்ல கேளு நான் வரன் .சரி இப்போ கிளாஸ்க்கு போ. என்று சொல்லிவிட்டு கிளம்புகிறாள்.

எப்படி நம்பர் வாங்குறது என்று புலம்பிகொண்டே செல்-கிறான் அப்போது புதுசாக சேரும் ஆசிரியர் மற்றும் மாண-வர்களுக்கு அடையாள அட்டை தயாரிப்பது அவர்கள் பிரிவு மாணவர்கள் தான் அந்த லிஸ்டில்ஸ் அவளது பெயர் விவரம் இருக்கும் போய் தேடலாம் .என்று அவனது சீனியர் பெண் ஒருவரிடம் அந்த விவரம் இருக்கும் போய் கேப்போம் என்று முடிவு எடுக்கிறான் ,அதன் பின்னர் அவளது தொலைபேசி என்னை வாங்கிகொண்டு செல்கிறான்,அப்-

போது பிரியா அவனை பார்த்து இன்னும் college முடியல அதுக்குள்ள எங்க கிளம்புறான் என்று பக்கத்திலிருந்த ஆசிரியர் பார்த்து கேட்கிறார் பிரியா ,அதற்கு அந்த ஆசிரியர் அவன் நாலு பீரியட் இருந்தது பெரிய விஷயம் அதுக்காக நாலு முறை suspend பண்ணியாச்சு டிஸ்மிஸ் பண்ண பெஸ்ட் ஸ்டுடென்ட்ன்னு பண்ண முடில என்ன தான் பண்ணறதுன்னு தெரியல போங்க மேடம். சரி சார் எனக்கு கிளாஸ்க்கு டைம் ஆச்சு என்று சொல்லிக்கொண்டு அங்கிருந்து செல்கிறாள்

.

சிவா ரியாவிற்கு மெசேஜ் அனுப்புதல்

சிவா அன்று தொலைபேசி என்னை வாங்கினான் அல்லவே அவளுக்கு மெசேஜ் அனுப்ப ஆரம்பிக்கிறான் .சிவா பிரியா -விருக்கு ஹாய் என அனுபிக்கிறான் அதற்கு பிரியா யாரு நீங்க என்று என்று கேட்கிறாள் அதற்கு சிவா நான் உங்கள் மாணவன் சிவா பேசுகிறேன் ,என்று பதில் அளிக்கிறான் .

பிரியா என்னோடைய நம்பர் உனக்கு எப்படி கிடைத்தது அதுவா உங்க Id கார்டு தான் ,பிரியா ,அது இன்னும் எனக்கே தரல உனக்கு எப்படி கிடைச்சது ,என்று பிரியா கேட்கிறாள்? உங்க id கார்டு டிசைன் பண்ணது நான் தான் ,சரி இப்போ என்ன வேணும் என்று பிரியா கேட்கிறாள் .ஒன்னும் இல்லை எதாவது வேணும் நான் சொல்லறான் .பாய்

பிரியா சிவாவை காப்பாற்றுதல்

சிவா அடுத்த வாரம் அதிசியமாக கல்லூரிக்கு முதல் வகுப்பு தொடங்கும் முன்பே வருகிறான் .அவனுடன் படிக்கும் மாணவர்கள் அனைவரும் அவனை ஆச்சிரியமாக பார்கின்றனர் ,அவனது நண்பர்கள் கூட ஆச்சிரியமாக பார்கின்றனர் .அவனது நண்பன் பிரகாஷ் அவனிடம் கேட்கிறான் யாண்ட சிவா என்னைக்கும் இல்லாம இன்னைக்கு சீக்கிரமா வந்துட என்ன விஷயம் சொல்லு ஏதும் காரணம் இல்லாம செய்யமாட்டியே சொல்லு என்ன விஷயம் .அதற்கு சிவா இன்னைக்கு என்ன ஆர்டர் .d day ஆர்டர் ,ஏன் என்று பிரகாஷ் கேட்கிறான். அதற்கு சிவா எல்லாம் காரணமாக தான் சரி பிரியா தான இன்னைக்கு முதல் ஹெர் .ஆமா ,அதுக்கு என்னடா இப்போ ,இல்ல மச்சான் நானும் எவ்ளோ நாள் தான் சிங்களவே இருக்கறது அதான் பிரியவ லவ் பண்ணலாம் முடிவு பண்ணிட்டான்ட .

சரி அதுக்கு அவங்க உன்ன லவ் பண்ணனும் இல்ல . அதற்கு சிவா சிரித்து கொண்டே, டேய் நான் சிவா .என்ன பத்தி உனக்கு தெரியும் இல்ல .நான் ஒரு விஷியதுல இறங்கிட்டான் முடிக்கமவிடமாட்டேன் ,டேய் அடி வாங்க போற நான் இனிமேல் உன்கூடா நான் சேரமாட்டன் . நீங்க எவனும் எனக்கு உதவி பண்ண வேண்டாம் நான் பாத்துகுரன் ,சரியா அப்போது பிரியா அவன் எதிரில் நடந்து சென்றுகொண்டு இருக்கிறாள் அப்போது பிரியாவை பார்கிறான் சிவா ,அவளை பார்த்து இன்று அவன் எதோ இந்திரலோகத்தில் இருக்கும் தேவதை போல இருப்பாதாக தோன்றுகிறது அவன் மனதில். அவளை பார்த்துக்கொண்டே வகுப்பினுள் செல்கிறான் . அவன் வழக்கம்போல் கடைசி பெஞ்சிருக்கு செல்லாமல் முதல் பெஞ்சிற்கு செல்கிறான் போய் வைஷ்ணவி பக்கத்தில் அமர்கிறான் ,அப்போது வைஷ்ணவி பார்த்து ,என்ன சிவா first பெஞ்சுக்கு வந்துட என்ன விஷயம் என்று கேட்கிறாள் ,இல்ல என் மேல லவ் எதாச்-

சும் வந்துச்ச ,அப்படி எல்லாம் ஒன்னும் இல்ல இன்னைக்கு பிரியா ஓட ஹெர் தான முத ரெண்டு அதான் வந்த நீ ஒன்னு தப்ப நினைச்சுக்காத . பிரியா ஹெர் வரத்துக்கும் நீ முத பெஞ்ல இருக்கறதுக்கும் என்ன சம்மதம்..? உனக்கு புரியல பிரியா தான் என்னோடைய லவர் பின்னாடி உக்-காந்து பாக்கரதுக்கு கொஞ்சம் கஷ்டமா இருக்கு அதன் முன்னாடி வந்தன் சரியா ,உனக்கு ஏத்த ஜெஸ்ஸி அவங்க தான சொல்லு சிவா. அட ஆமா .கொஞ்சம் நேரம் பேசமா இரு அவ வர டைம் ஆச்சி,ஆமா அவ வர நேரம் ஆச்சி .ஹே நான் மட்டும் தான் அந்த மாறி சொல்லுவான் நீங்க யாரவது அந்த மாறி சொன்னிங்க கிளிச்சுருவன் வாயா சரியா

அப்போது பிரியா உள்ளே வருகிறாள் .எல்லோரும் எழுந்து வணக்கம் வைக்கின்றனர் ,பிரியா வருகை பதிவேடு எடுக்கிறாள் .அதன்பின்னர் சிவாவை பார்த்து .சிவா நான் உன்கிட்ட கேக்கணும் நினைச்சன் நீ ஏன் ஒரு நாளைக்கு 3 ஹெர் வரைதான் இருக்கற ,காரணத சொல்லு ,நாங்க தெரிஞ்சிப்போம், பிரியா மாணவர்களை பார்த்து என்னப எல்லாருக்கும் தெரிஞ்சுக்கணும் ஆசைய இருக்குத்தான உங்களுக்கு? .மாணவர்கள் ஆமாம் மேம் ,சிவா மனதுக்குள் இந்த நாட்டுல அடுத்தவன் வீட்டுல என்ன நடக்குதுன்னு தெரிஞ்சாகணும் தான் பாதி பேருக்கு ஆசை. சிவா எந்த-ரிச்சு மேம் இப்போ அது தெரிஞ்சு இப்போ என்ன பண்ண போறீங்க. பிரியா அதற்கு எல்லாம் ஒரு ஆர்வம் தான் ஆமாம் உன் படைத்தளபதிகள விட்டு முத பெஞ்ல உக்-காந்துருக்க அதிகமா சச்பென்சியன் வாங்கனது நீதான .சிவா அதற்கு அப்படி இல்ல மேம் .இப்போ அத தெரிஞ்சு என்ன பண்ண போறீங்க .சரி விடு எப்படி எல்லா எக்-ஸாம்ளையும் என்பது சதவிகிதம் மதிப்பெண் வாங்குகிராய் அதையாவது சொல்லுபா!அ தையாவது தெரிஞ்சுக்கணும். சிவா முளிக்கிரான். என்ன எத கேட்டாலும் முழிக்கிற இன்-னைக்கு முத 2 வகுப்பு என்னதுதான் சொல்லு . அப்-போது உள்ளே ஒரு சார் வருகிறார் அவர் மூன்றாவது

வகுப்பு அவரோடையது ,அவர் வந்து மேம் மூன்று நாலு வகுப்பு என்னோடியது உங்களுக்கு 5 வகுப்பு இருக்கு இல்ல எனக்கு அப்போ பிரீ தான் அந்த வகுப்பு நான் எடுத்துக்க-றன் நீங்க முத மூன்று வகுப்பு எடுத்துகோங்க .மேம் பிரியா சரி சார் அப்படியே பண்ணிக்கலாம் .

சிவா சந்தோஷமாக நன்றி சார் ,அதற்கு அந்த ஆசி-ரியர் என்ன பிரியா மேம் ஆச்சிரியமாக !இருக்கு முத பெஞ்ச்ல சிவா நீங்க உக்கரவச்சிங்க? நான் எங்க உக்க-ரவச்சன் அவனே' முன்னாடி உக்காந்து இருக்கான் ! சரி மேம் நான் வரன்

சிவா சொல்லு சார் தான் போயிட்டார் !நம்ம கதைக்கு வருவோம் எதுக்கு மூன்று ஹெர் மாட்டும் எதுக்கு college வர சொல்லு , மேம் இப்ப நான் அத சொன்ன அது கிரிஞ்ஜி இருக்கும் பரவ இல்லையா மேம் .சரி பரவ இல்ல சொல்லு மேம் ஒன்னு இல்ல நான் பார்ட் டைம் வேளைக்கு போறான் அதனால 2 மணிக்கு ஷிபிட் அப்போ பதி-னொன்று மணிக்கு போய் கொஞ்சம் நேரம் தூங்குவான் இது தான் காரணம் வேற எந்த காரணமும் இல்ல ! மேம் ஷிபிட் முடிய இரவு 12 மணி ஆகும் . அதன்

ஓகே அடுத்து எக்ஸாம் ல எப்படி என்பது சதவீதம் மார்க் வாங்குற , மேம் இதுக்கு 1 ஹெர் போயிரும் அத பத்தி உனக்கு கவலை வேண்டாம் இப்போ சொல்லு எனக்கு தான் மீதி 2 ஹெர் இருக்கே அப்பறம் என்ன / நீ சொல்லு உன் படைத்தளபதிகள ஏதும் பிட் கிட்டு ரெடி பண்ணி தரங்கள? யாரு இவனுங்கள பிட் எழுதறதுக்கு எந்த கேள்வி வருணு இவங்களுக்கு சுத்தமா தெரியாது ? அப்பறம் எப்படி அதுக்கு காரணமும் என் படைத்தளபதிகள் தான் மேம் . என்ன சொல்ல எனக்கு ஒன்னு புரியல சிவா தெளிவா சொல்லு அவங்க மொபைல்ல வாய்ஸ் ரெகார்டர் ஆண் பண்ணி வச்சிபாங்க அவங்க college முடிஞ்சதும் எனக்கு செண்ட் பண்ணிருவாங்க அத நான் ரூம்க்கு வந்ததும் ஓபன் பண்ணி கேட்பன் அவ்வோலோதான் இதுல மறைக்கறதுக்கு ஒன்னும் இல்ல மேம் . இது இத்தன நாள் தெரியாம

இருந்துச்சி அவ்வோலோதான் ,இன்னிக்கு அந்த வேலை விட்டு தான் வந்திருக்கன் .இதுக்கு மேல நான் 3 மணிக்கு வேளைக்கு போன போதும். நான் இப்ப எல்லார்கிட்டயும் சொல்லிட்டன் ,

முதல் மூன்ற மணிநேரம் வகுப்பு முடிகிறது அதன் பிறகு வைஷ்ணவி சிவாவை பார்த்து ஏன் இவ்வொலோ கஷ்ட உனக்கு அப்பா அம்மா யாரும் இல்ல?சிவா புன்னகையுடன் யாரும் இல்ல . வைஷ்ணணவி நீ கஷ்டபட தேவை இல்லை எங்க பெரிய ஸ்பான்செர் அவர்ட வேணா சொல்லட்டுமா?.சிவா மறுபடியும் எனக்கு அரசாங்கம் பீஸ் கட்டுது அப்பறம் என் கை செலவுக்கு நான் வேலைக்கு போறன் இப்போ எதுக்கு இன்னொரு ஆள் பணம் குடுக்கணும் . சொல்லிவிட்டு

செல்கின்றனர்.

அடுத்த நாள் காலையில் சிவா கல்லுரிக்கு வருகிறான் அப்போது அவன் மீது குற்றம் சுமத்த பட்டதாக தெரிகிறது அவனை hod அறைக்கு செல்லும் படி சொல்லுகிறார்கள் அவனும் hod அறைக்கு'செல்கிறான் .அப்போது பிரியாவும் அங்கே இருக்கிறாள். சிவா அறையினுள் நுழைகிறான் ,hod சிவா என்ன பிரச்சனை எதற்கு இப்படி பண்ண? ,நான் என்ன பண்ண சார் சிவா ? வைஷ்ணவியா தப்ப பேசுனான் சொல்லிடு தீபக்கா அடிச்சியா? .அமாம் சார் அடிச்சன் .நீ என்ன பெரிய இவன தப்பு பண்ண கம்ப்ளைன்ட் பண்ணனும்ன்னும் தெரியாத நீ பாட்டுக்கு கை வைக்கற இப்போ அவங்க உன் மேல போலீஸ் கம்ப்ளைன்ட் குடுத்துருக்காறு இப்போ என்ன பண்ண போற ஜெயிலுக்கு போக வேண்டியது தான் இப்போ ,பிரியா சார் நான் இந்த காலேஜ் வந்து 1 மாசம் தான் ஆகுது நான் சொல்லறான் தப்ப நெனைச்சுகாதிங்க .நான் ஒரு பொண்ணு அதனால நான் சிவா பக்கம் நிக்கிறான் .அத சொல்லிடு போலாம்ன்னு தான் வந்தான் இப்போ சிவா மேல இருக்க கேஸ் கிளியர் .நான் வந்து தீபக் ஓட அம்மாகிட்ட பேசிட்டன் அவங்க கேஸ் போடா மாட்டாங்க .அதும் மட்டும் இல்ல இங்க தீபக்

மேல தப்பு இருக்கு அதனால வைஷ்ணவி தீபக் மேல கேஸ் குடுத்த நம்ம college நேம் கெட்டுவிடும் சோ .அதுமட்-டும் இல்ல வைஷ்ணவி திருச்சில இருக்க mp பொண்ணு அவங்கள சமாதானம் படுத்தி தீபக்க suspend பண்ணனும் ,இத்த சொல்ல தான் வந்தன் . நானும் அததான் செய்யா-போரன். அமாம் சார் தீபக் அப்பா இப்போ tc வாங்கிட்டு இப்போ தான் போனாரு இவனுக்கு எதுக்கு இந்த ஹீரோ-யசம் எவனது எதாவது ஆச்சினா என்ன பண்ணறது நல்ல படிக்கிற ஸ்டுடென்ட் ,எதோ இந்த ஒருமாசம் தான் college எல்லாம் ஹெர் அட்டென்ட் பண்றான் என்கிறார் hod. சரி சார் நான் பாத்துகரன் சார் என்கிறாள் பிரியா சில நாட்கள் போகிறது

சிவா பிரியாவை கல்யாணம் செய்தல்

அதன் பிறகு ஒரு நாள் hod இருவரையும் அழைத்து பேச ஆரம்பிக்கிறார் அப்போது மறுபடியும் அந்த சம்பவம் மாறி இன்னொரு சம்பவம் சிவா செய்துள்ளான்.அதன் பிறகு அவர் பேசி முடித்த பின் சிவா மற்றும் பிரியா இருவரும் hod அறையிலிருந்து வெளிய வருகின்றனர் அப்போது பிரியா கேட்க்கிறாள் எதுக்கு இந்த ஹீரோ இசம் ஏதாவது ஆயிரும்ன்னு பயம் இல்லையா உனக்கு? .இல்ல மேம் .ஏன் பயம் இல்ல சிவா .சிவா தெரியல .சரி இப்போ ஏன் வேலைக்கு போறது இல்லையா? ,வேலைக்கு போன உங்கள பாக்க முடியாது.? அதுக்கு தான் நான் வேலைக்கு போகறது இல்ல .எனக்கு புரியல சிவா .நீ எதுக்கு என்ன பாக்-கனும் .நான் உங்கள லவ் பன்னரன் அதன் காரணம் வேற ஏதும் இல்ல நான் உன்ன லவ் பன்னால நீ என் பிரதர் மாதிரி . பிரியா நான் உன் பிரதர் இல்ல நான் உன்ன லவ் தான் பன்னரன் .என் கண்ணா பாத்து சொல்லு நான் பிர-தர்ன்னு நான் உன்ன தொந்தரவு பண்ண மாட்டேன் . டூ இட் . பிரியா சிவா'வை கண்களை பார்க்கிறாள் ஆனால அவள் சொல்ல வந்த விஷியத்தை சொல்ல முடியவில்லை .என்ன திரும்ப திரும்ப செய்து பார்க்கிறாள் ஆனாலும் கூட முடியவில்லை .பிரியா என்ன முடியலைய .நீ என்ன லவ் பண்ணற .எத வச்சி சொல்லற? நம்ம 2 பேருக்கும் உள்ள புரிதல் தான் பிரியா. என்ன நம்ம 2 பேருக்கும் இருக்கு எனக்கு ஏதும் புரியல சிவா? சரி இன்னைக்கு நம்ம 2 பேரு லீவ் போட்டு நமக்கு குள்ள இருக்க புரிதலா நம்ம தெரிஞ்-சுபோம்.என்ன ஓகேவ .

நானும் உன்ன பாத்ததுலருந்து டிச்டுர்ப் ஆயிருகன் சரி-யாய் இப்போ நான் உன்குட வரன் நம்ம இப்போ எங்க போலாம். மாரிஸ்க்கு போலாம் . சரி வா நான் hod கிட்ட இன்போர்ம் பண்ணிட்டு வரன் பொய்சொல்லனும். இருவரும் லீவ் சொல்லிவிட்டு மாரிஸ் திரையரங்குற்கு செல்கின்றனர்

அப்போது ஓடாத ஒரு படம் இருக்கிறது அதற்கு இருவர் டிக்கெட் எடுகின்றனர் அதன் பிறகு உள்ள சென்று படம் பார்கின்றனர். ஏன் சிவா இந்த படத்துக்கு கூட்டிட்டு வந்த அதற்கு சிவா இப்போ நான் இந்த படத்துக்கு கூட்டிட்டு வந்தந்துனாலதான் நீ என்கிட்டே பேசுவ இதுவே நல்ல படத்துக்கு கூட்டிட்டு போன நீ பேசுவ ,படத்தான் பார்ப அதன் இந்த படம் .

பிரியா நான் உன்ன எதவச்சி லவ் பன்னரன் சொல்லற? .இல்ல நீ லவ் பண்ணற என்கிறான் சிவா ,அது எப்படி சொல்லற எனக்கு ஏதும் புரியல ,எனக்கு ப்ரோப்லேம்னா எந்த ஒரு பெண் ஆசிரியரும் வரமாட்டாங்க ஏன் என்றால் நான் அவங்க கிளாஸ் வரமாட்டேன் சில பெயர் என்ன 'எப்பட இங்க இருந்து வெளிய அனுப்பலாம்ன்னு இருக்-காங்க சரியாய் ஆனா நீ தான் என்ன காப்பாத்த வந்த முதல் பெண் ஆசிரியர் .அப்பறம் நீ முத நாள் உனக்கு புடிச்ச மாறி டிரஸ்ல வந்த ஆனா இப்போ எனக்கு புடிச்ச ட்ரெஸ்ல வர நான் உன்ன பைக்ல கூட்டிட்டு வந்த அனா நீ என்ன ஸ்பீட் பிரேக்கர்ல டெஸ்ட் பண்ண உன்ன லஸ்ட் காக லவ் பண்ணறனன்னு அன்னைக்கு எவனோ ஒருத்தன் என்ன தப்ப பேசிட்டான்னு நீ நான் எதுக்கு 3 மணிநேரம் தான் கிளாஸ்க்கு வரன்னு எல்லாருக்கும் சொல்ல வச்சிட்ட ,அப்பறம் உன்கிட்ட ஒரு கேரளா சாரி கூடா இல்ல அனா நீ லவ் பண்ண ஆரம்பிசுதளுருந்து கிட்ட தட்ட 20 புடவை அந்த அந்த மாறி இருக்கு .நான் காலைல சாப்பாடு சாப்-டறதுக்கு வைஷ்ணவி கிட்ட சொல்லி டெய்லி குடுப்ப அது என்னோமோ அவல குடுக்கரமாரி எங்கிட்ட சீன் போடுவா . இப்போ சொல்லு நீ என்ன லவ் பன்னால

சிவா நான் உன்ன பாத்த உடனே லவ் அட் பஸ்ட் சைட் எனக்கும் லவ் வந்துருச்சி நான் உன்ன பத்தி விசா-ரிச்சா அப்போ எல்லாரும் சொன்ன பதில் நீ வந்து அரங்-கேன்ட் தலைகனம் புடிச்சவன்னு உன்கூட இருகவங்களே சொன்னங்க அப்பறம் உன்கூட பேசுமே ஒரு பொண்ணு வைஷ்ணவி கிட்ட பேசும் போதும் அவ அந்த மாறி சொல்-

லவே இல்லை சரி உன்கிட்ட லவ்வ சொல்லலாம்ன்னு வந்த நீ எப்ப பாத்தாலும் பத்து பேரோட சுத்திட்டு இருக்க இல்லன எவனையாவது புடிச்சி அடிச்சுட்டு இருக்க என்ன பண்ணறது சொல்லு?. அப்பறம் என்னோட நாலு வருடம் சின்ன பையன் இப்போ நான் என்ன பண்ண? .மேம் வயச விடுங்க என் தலைவன் சச்சின் பெரிய பொண்ணு தான் கல்யணம் பண்ணிக்கிட்டாரு அவரு இன்னைக்கு பெரிய இடத்துல இல்ல அந்த மாறி தான் நம்ம லவ் .

ஒகே லவ் யு சிவா ,நான் உன்ன லவ் பன்னரன் .அதுக்கு முன்னாடி ஒரு விஷயம் நான் சொல்லணும் .

சொல்லு எனக்கு அம்மா இல்ல அப்பா மட்டும் தான் .சிவா தெரியும் அவரு பேரு சுந்தரம் தான .அப்பறம் உண் தங்கச்சி கொஞ்ச நாள் முன்னாடி தற்கொலை பண்ணி- கிட்டாங்க அதனால நீ மன அழுத்தம் அதிகமா இருந்த. அதுக்கப்புறம் கொஞ்ச நாள் வீட்டுல இருந்து உங்க அப்பா சொன்னதுனால எங்க college-ல வந்து சேர்ந்த .போதுமா.

சிவா எப்படி இது எல்லாம் உனக்கு தெரிஞ்சது .பசங்க லவ் பண்ண எல்லாரும் பண்ணற விஷயம் தான் இது..நீ என்ன லவ் பண்ணற பிரியா ?

நான் உன்ன லவ் பண்றன் ஆனா ஒரு கண்டிஷன் ? என்ன பிரியா college-க்கு ஒழுங்கா வரணும ?

சீ அப்படி எல்லாம் இல்ல எனக்கு பிரச்சனை இருக்கு ? அதுலருந்து நான் வெளிய வரணும் ? எனக்கு யாரோ மனரீதிய பிரிச்சனை குடுக்காரங்க ? அது யாருன்னு தெரியல சிவா !என் போட்டோவ கண்ட கண்ட வெப்சைட' போடறாங்க அது யாருன்னு தெர்ல பிராப்லம் ரொம்ப பெருசு சோசியல் மீடியாஸ்ல எனக்கு சில தேவையல்லாத மெசேஜ் வருது ,அது யாருன்னு எனக்கு தெரியல அந்த வெப்சைட்ஸ் உள்ள போன verifed பண்ண மாறி காட்டுது சோ என்ன பண்ணறதுன்னு புரியல .அப்பா கிட்ட சொன்ன அவரு ஏதும் கண்டுக்க மாடிக்கிறாரு அவருக்கு அவர் சின்ன பொண்ணு இறந்ததுல பாதி நேரம் குடிக்கிறாரு. என்று சொல்லி கொண்டிய அழுகிறார் பிரியா

சிவா பிரியா இந்த பிரச்சனைல இருந்து நீ வெளிய வரணும்ன்னா நான் உன்கூட இருக்கனும் சோ நம்ம கல்யணம் பண்ணிக்கலாம் அப்போ தான் நம்ம ஒன்ன இருக்க முடியும் .

பிரியா அதற்கு உன் சீனியர் யாரோ அப்படி கல்யணம் பண்ணதுனால suspend பண்ணிடாங்களே நம்ம எப்படி .அது ஒன்னும் பிரச்சனை இல்லை இப்போ இன்டர்ன்ஷிப் டைம் தான் சோ நம்ம இப்போ கல்யணம் பண்ணிகிட்ட யாருக்கும் தெரியாது .என்ன சொல்லற சிவா

சிவா பிரியாவை கண்மூட சொல்லறான் பிரியா கண்ணை மூடுகிறாள் .சிவா அவன் பிரியாவிற்கு தாலிகட்-டுகிறான்

பிரியா சிவா ஏன் இப்படி பண்ண சொல்லு சிவா ? அதற்கு காரணம் இருக்கு நான் சொல்லறான் இப்போ நீ என் மனைவி இனி உன்குட இருவத்திநாலு மணி நேரம் நான் உன்கூட தான் இருப்பன் இனி உனக்கு எந்த பிரச்-சனை .வரமா இருக்க வேண்டியது என் பொறுப்பு .

சரி வா இப்போ நம்ம வீட்டுக்கு போகலாம் ,எங்க நீ இருக்க அந்த வீட்டுக்கு தான் நம்ம போக போறோம்.எங்க அப்பா இருப்பாரே சிவா உங்க அப்பவ சமாளிக்கறது எல்-லாம் ஒரு மேட்டர் இல்ல .என் சந்தேகம் உங்க அப்பா மேல தான் .நான் உங்க அப்பாட்ட நம்ம விஷயத்த பேசிட்-டான் இப்போ ஒன்னும் ப்ரோப்லேம் வரது .சரியா

ரெண்டு பெரும் திரையாரங்கை விட்டு வெளிய வந்து இரு சக்கரவாகனத்தில் ஏறி செல்கின்றனர் .

சுந்தரம் சிவா பிரியா

இருவரும் நேர வீட்டிருக்கு செல்கின்றனர் அப்போது வாங்க சிவா என்று சொல்லுகிறான்' .சிவா தொவரன் மாமா .பிரியா ஏற்கனவே எங்க அப்பாக்கு தெரியமா நம்ம விஷயம்? இன்னைக்கு நடந்த கல்யாணம் முத கொண்டு எல்லாம் தெரியும் சரியா .இப்போ போய் உங்க அப்பாட்ட அஷிர்வாதம் வாங்கி கொள்ள!

சிவா மற்றும் பிரியா இருவரும் ஆசிர்வாதம் வாங்கி கொள்ளகின்றனர் .அதன் பின்னர் சிவா அவனது நண்பர்கள் இருவரும் வருக்கின்றனர் .

அப்போது அவனது நண்பன் குமார் என்ன மச்சான் எங்கள கூப்படாம கல்யாணம் பண்ணிகிட்ட .மேம் நீங்க கூடா சொல்லவே இல்ல.அதற்கு பிரியா எனக்கு என் கல்யாணம் விஷியத்த சொல்லல இவன் . .

சிவா அவர்கள் வைத்திருந்த பரிசு பொருள்களை பார்த்து இருக்கிறான் .அதைபார்த்து என்ன மச்சான் கிபிட்ல எதுதுக்கு பிரியா உன் ஸ்டுடென்ட் உனக்கு கல்யாணபரிசு கொண்டுவந்து இருக்காங்க பிரியா எதுக்குட இதெல்லாம் அதுல்லாம் ஒன்னு இல்ல மேம் இப்போ மாப்ள கல்யாணம் பண்ணிட்டான் அதன் சும்மா வரத்துக்கு மனசு இல்ல

குமார் மற்றும் பிரகாஷ் இருவரும் கிபிட் குடுத்துவிட்டு வெளியிய கிளம்புகின்றனர்

பிரியா மற்றும் சிவா இருவரும் அவர்கள் அறைக்குள் செல்கின்றனர் .மேம் இன்னைக்கு நமக்கு பஸ்ட் நைட் நடக்கப்போகிறது என்று அதை பத்தி பேசிக்கொண்டு இருகின்றனர் .அப்போது பிரியா அவன் மீது அமர்ந்து கொல்கிறாள் அவன் மெதுவாக லைட் அணைத்து அவள் இடையின் மீது கைவைத்து அவள் இதழ்களில் முத்தம் வைக்கிறான்.

அப்படியிய பொழுது விடிகிறது !

சுந்தரம் சிவாவை கொள்ள சதி செய்தல்

அடுத்த நாள் காலை விடிகிறது அப்போது சிவா வழக்கம் போல்; அவனது வேலையை செய்ய கிளம்புகிறான். அவன் வழக்கம் போல பால் மற்றும் பேப்பர் போடுவது வழக்கம் அதற்காக செல்கிறான், அவன் ஒரு சாலையில் பேப்பர் போட்டு கொண்டு ஒரு சாலையில் செல்லும் பொது குறுக்க ஒரு இருசக்கரவாகனம் வந்து அவனை இடித்து தள்ளுகிறது அவன் எழுவதற்குள் பின்னாடி ஒரு லாரி அவனை இடிப-தற்கு வருகிறது அப்போது அவன் திடிரென எழுந்து சாலை-யோரம் வந்து விடுகிறான், அவன் அடிபட்ட கையேடு கௌம்பி அரசு மருத்துவமனைக்கு செல்கிறான். அங்கிருந்து கிளம்பி வீட்டிற்கு செல்கிறான் ...

சிவா மற்றும் பிரியா

சிவா மற்றும் பிரியா இருவரும் கல்லூரிக்கு கிளம்புகின்றனர் சிவா மற்றும் பிரியா இருவரும் சேர்ந்து கல்லூரி உணவு விடுதிக்குள் செல்கின்றனர் அப்போது சிவா, பிரியாவிடம் நான் college வரல .ஏன்ட இல்ல காலைல வேலைக்கு- போகும் போது அடிபற்றுச்சி ,ரெஸ்ட் வேணும் கால் வலிக்- குது .சரி போ சொல்லிருந்த நான் பஸ்ல வந்துருப்பன்ல இருக்கட்டும் நான் உன்ன பைக்ல கூட்டிட்டு வந்ததான் எனக்கு மாஸ்.சரி வரன் .assignment உன்னோடையது ,உன் பையில் இருக்கு பிரியா அப்புரம் அந்த பிரகாஷ் வொர்க் பன்னால வெளிய அனுப்பிராத சொன்ன. என்- கிட்டே நான் சொல்லிடன் அது எனக்கு தெரியாது நீ மேம்ட பேசிக்கோ பா! சொல்லிட்டன் .நான் இன்னொரு பிராஜெக்ட் பன்னிருக்கன் அவனுக்கு அத வச்சிக்கோ அதையும் உள்ள வச்சிருக்கன் பாத்துக்கோ சரி நான் வரன்

மதியம் கல்லூரி முடிகிறது நேர பிரியா பஸ் ஏறி வீட்- டிற்கு வருகிறாள் இவன் படுத்து தூங்கிகிட்டு இருக்கான் டேய் சிவா எந்திரிட சிவா எந்திரிச்சி நீ எப்போ வந்த? யாண்ட கதவ திறந்து போட்டு தூங்குற .மெடிசின் சாப்படன் டையர்ட்டா இருக்கு. சரி ,சாப்டிய ,ஹம்ம்.

பிரியா கிட்சேன் உள்ள போய் பார்க்கிறாள் அவள் செய்த சாப்பாடு அப்படியே இருக்கு

டேய் சிவா எங்க சாப்பாடு அப்படியே இருக்கு .சாரி நான் ஹோட்டல்ல கொத்துபரோட்டா சாப்புட்டன் .

சரி பிரகாஷ் ஏன் சுத்தமா படிக்கச் மாடிக்கிறான்?நான் எதவாது அக்சன் எடுத்த நீ கேக்க கூடாது ? அவன் அப்- படிதான் நான் எதுக்கு அவனுக்கு போய் வர போறான் ரெண்டு வேலையா செய்யா வேண்டியது இருக்கு எப்போ பாரு. அது இருக்கட்டும்

என்ன எல்லோரும் ஜெஸ்ஸினு கூப்புடறாங்க ,பின்ன நான் கார்த்திக்னா நீ ஜெஸ்ஸி தான் சரியா!

சுந்தரத்தை பற்றிய உண்மைகளை சிவா தெரிந்து கொள்ளுதல்

அடுத்த நாள் காலையில் சிவா அவனை கொள்ள வந்தது யாரு என தெரிந்து கொள்ள பிரியா விடம் ஒரு வாரம் விடுப்பு சொல்லும்படி சொல்லுகிறான் ,அதற்கு அவளும் சரி அந்த ஒரு வாரம் அவன் அதை பற்றியே சிந்தித்து கொண்டு இருகின்றான்

அவனை யாரு கொள்ள வந்துருபார்கள் என்ற சந்தேகம் நமக்குல் இருக்கிறது அல்லவ அதே போல் சிவா விற்கும் இருக்கிறது அதனால் அவளுக்கு தொந்தரவு குடுக்கறவன் தான் இந்த வேலையை செய்யணும் ,அப்ப நம்மள வாட்ச் பண்ணறவன் தான் யாரு, பிரியா college வேலைக்கு சேர்த்திவிட்ட hod அந்த ஆள் பண்ணறதுக்கு சான்ஸ் இல்ல நம்ம பிரிஎண்ட்ஸ் அவனுங்கள சந்தேகப்பட கூடாது , அப்போ பிரியா கூடா இருக்க யாரோ ஒருத்தன் தான் இத பண்ணனும். யாரு. உடேன பிரியாக்கு போன் பண்ணி பிரியா போன் அட்டென்ட் செய்கிறாள் .சொல்லு சிவா .பிரியா உன் பசங்க பிரிஎண்ட்ஸ் 2 பேரு இருக்கனுங்க இல்ல ஆமா அவனுங்க கிட்ட நான் பேசணும் நம்பர் அனுப்பிவிடு. எதுக்குட? அனுப்பிவிட்டு. சரிட நான் அனுப்புறான் .பிரியா அந்த இருவர் நம்பர் சிவா விற்கு அனுபிவைகிறாள் .

சிவா அந்த இருவர் நம்பர்ஜயும் அவனது நண்பன் தனுஷிருக்கு அனுப்பி செக் செய்ய சொல்லிக்கிறான் .அவன் ஒரு அரை மனிநேரத்தில் அனுப்பி வைக்கிறான் .அதை பார்கிறான் அதில் இவர்கள் பேசியது கூடா இல்லை கண்டதை ஒரு ஆண்ட அப்போ இவனுங்க 2 பேரு கிடையாது.

அப்போ யாரு நம்ம பிரியாவ கல்யாணம் பண்ணத்துல யாருக்கு காண்டு ,பிரியாக்கு கூடா இருக்கறது நான் ஒன்னு இப்போ தான் 2 வாரம் இருக்கன் .அப்பறம் சுந்தரம் தான் அவ இருந்தாப்ல அவளோட எல்லா சோசியல்மீடியா எல்

லாத்தையும் அவன் போன் மொதகொண்டு நான் தான யூஸ் பன்னரன்னு இதுவரைக்கும் ஒரு ராங் மெசேஜ் வரல என்னவா இருக்கும் .நம்மக்கிட்ட போன் இருக்குன்னு தெரிஞ்சுதான் வரல இந்த விஷயம் சுந்தரத்துக்கு மட்டும் தான் தெரியும் .சுந்தரம் தான் இந்த பிரிச்சனை காரணம் .அவனுக்கு இதுல என்ன லாபம் .சரி அவன் ரூம் போய் பாப்போம் சுந்தரத்தின் அறைக்குள் சிவா போகிறான் .

அங்கே போய் சந்தேகம்படும்படி இருக்கும் பொருள்கள் இருக்கிறதா என பார்க்கிறான் ஆனால் அவனுக்கு ஒரு பொருள் கூடா அது மாதிரி கிடைக்கவில்லை அப்போது அவன் ஒரு சுவற்றின் பக்கம் செல்கின்றான் அப்போது அங்கு தட்டினால் ஒரு பழைய போட்டோ அவனுக்கு தென்படுகிறது அதில் உள்ள குழந்தை பிரியா ஆனால் அவள் ஒரு விடுதியில் இருப்பது போல் தெரிகிறது, அப்போது கூடா இருக்கும் ஒரு பெண் பிரகாஷின் சித்தி என தெரிகிறது .பிரகாஷ் ஓட சித்திகும் பிரியாகும் என்ன சம்மதம் அவங்கள தேடி தான் இவன் இங்க வந்தான் ,அப்போ அவங்க உயிரோட இருக்காங்களா ? இருக்க சான்ஸ் இல்ல அப்போ பிரியா வந்து பிரகாஷ் ஓட அக்கா . சுந்தரம் பிரகாஷ் பிரியா இவங்க மூணுப்பேருக்கும் எதோ சம்மந்தம் இருக்கு .என்னவா இருக்கும் பிரஸ்ட் இங்கிருந்து போகணும் அந்த ஆளு வர நேரம் ஆச்சி.

அங்கிருந்து அந்த போட்டோவை மட்டும் அவனது மொபைல் போனில் புகைப்படம் எடுத்துகொண்டான் .இப்படி ஒரு வாரம் அந்த ரகசியங்களை தெரிந்து கொள்கிறான் .அதன் பிறகு அந்த ஒரு வாரத்தில் மொத்த தகவல்களை பெற்றுகொள்கிறான்.

பிரியா மற்றும் சிவா உரையாடல்

அதன் பிறகு மாலை வேளையில் கல்லூரி முடிந்ததும் பிரியா வீட்டிற்கும் வருகிறாள் அப்போது சிவா அவளை வெளியே போகலாம் என்று அழைக்கிறான் அதற்கு அவள் கோவ-மாக ஏய் காலேஜ்க்கு வர சொன்ன வரமாட கால்வளிக்-குதுன்னு சொலிட்டு வீட்டுல இருக்கா' வெளியப்போரதுக்கு கால் வலிகளையா? .சரி உங்க அப்பா வரதுக்கு எவ்வளோ நேரம் ஆகும் .இன்னும் 2 ஹெர்ஸ் ஆகும் .அது போதும் எனக்கு வா பெட்ரூம்க்கு போலாம் ஏய்ச்சி எனக்கு பீரி-யொட்ஸ் .சிசீ அதலையே இருங்க டி ஹே லூசு உங்க அப்பன் சுத்தி கேமரா பிக்ஸ் பண்ணி வச்சிருக்கான் அங்க ரெகார்டர் வச்சிருக்கான் நம்ம என்ன பண்ணறோம்ன்னு பாக்குறதுக்கு .பெட்ரூம் மட்டும் நான் இப்போ ஜாம் பண்ணி வச்சிருக்கான் வா.

இருவரும் பெட்ரூம்க்குள் போனதும் கதவை சார்த்தி அவன் பேச ஆரம்பிக்கறான் .அப்பறம் சுந்தரத்தின் அறைக்குள் இருந்த போட்டோ வை காமிக்கிறான் .பிரியா இது நீ தான அமாம் இது நான் ஹோம்ல இருந்த அப்போ எடுத்த போட்டோ உன்கூட இருக்கறது. என் அம்மா சாந்தி நான் சின்ன வயச இருக்க அப்போ லாரில அடிபட்டு செத்-துபோய்ட்டாங்க .ஏன் ?,இல்ல ஒரு விஷயம் இருக்கு என்-கிறான் சிவா . என்ன விஷயம் பிரியா உங்க அப்பா யாரு பிரகாஷ் எதுக்கு பீகார்ல இருந்து உன்ன தேடி இங்க வந்து இருக்கான். தனுஷ் கால் பண்றான் சிவாவிற்கு, சொல்லு மச்சான் பிரகாஷ் போன் ஹாக் பண்ணத்துல அவன் பீம்ன்னு ஒரு ஆள் கிட்ட பேசிருக்கான் உனக்கு விஷயம் தெரிஞ்சு போச்சி அப்படின்னு நாளைக்கு காலைல ஆம்புலன்ஸ்ல பிரியாவ கடத்துறத பிளான் எங்க இங்க இருந்து ஹைதராபாத் அங்க இருந்து அப்படியிய மும்பை போய் அங்க ஒரு 2 மாசம் ரெட் லைல்ல வச்சிருந்து நேர ஹாங்காங்ல நடக்கற விபச்சார விடுதிக்கு உன்ன அனுப்-

புறது தான் பிளான். உன்ன நாளைக்கு தூக்க போறாங்க பிரியா காலைல இங்க இருந்து நீ சரியா கிளம்புனும் .நான் சீக்கிரமாக கீளம்பிட்டன்னா அவங்க பிளான் பீக்கு போயிருவாங்க சோ அவங்க பிளான். எ. தான் நம்ம செய்யா வைக்கணும் , நான் பிளான் சொல்லறான் நீ செய்யல சுந்தரம் நம்மல கொன்றுவான் ,நம்ம அதுக்கு முன்னாடி சுந்தரத தூக்கணும்.

பிரியா இப்போ வார் ஸ்டார்ட் ஆயிடுச்சி சோ இப்போ நம்ம தெளிவா திட்டம் போட்டு நம்ம ஜெயகனும் .எனக்கு ஏதும் புரியல சிவா இங்க நடக்குது ?.

அகிரா குரசேவ வரலாறு கேக்க தெரியுது இல்ல உன் வரலாறு என்னைக்குவது தெரிஞ்சுக்கணும்' அசை இருந்துருக்கா இல்ல முதல்ல அத தெரிஞ்சுகோ

பிரியாவின் வரலாறு

1990 களில் இங்கே பல வடநாட்டு பசங்க லாரி எடுத்துட்டு வேளைக்கு வருவாங்க அதுல ஒரு ஆள் தான் ராஜ்கபூர் அவரு வண்டி ஆள்டாயி இங்கே ஒரு ரெண்டு மாசம் இருந்தாங்க . அவரு தங்கிருந்த இடத்தில ஹோட்டல் ஒன்று இருக்கும் அப்போது அங்கு ஒரு அழகான பெண் ஒருத்தி இருந்தால் அவங்க தான் உங்கள் அம்மா சாந்தி ராஜ்க்கு இவள் மேல் பாத்த உடனே காதல் வந்து விட்டது .கொஞ்ச காலம் அங்கைய தங்கி அவளை தனது வலைக்-குள் விளைவவைத்து விட்டான் .இருவருக்கும் காதல் சில ஆண்டுகள் லாரி மூலம் நடைபெற்று கொண்டு இருந்தது ஒரு நாள் இருவரும் திருமணம் செய்து வட நாட்டிற்கு சென்று விடுகின்றனர் .

அப்போது உங்க தாத்தா அங்க ஒரு மிக பெரிய ஒரு ரவுடி நம்ம ஊறு பெருமாள் பிச்சை மாறி அவனோட வேலையே வந்து அடியாட்களை அனுப்புவது பெண்களை விற்பது . கட்டபஞ்சயது ,ஆள்கடத்தல் இது தான் அப்படி இருக்க ஆள்ட்ட போய் உங்க அப்பன் கல்யாணம் பண்-ணிட்டு போய் நின்றந்தும் முதல் அவன் அவங்களை ஏத்-துக்கிட்டன் அப்பறம் ஒரு நாள் அந்த ஊரு எம் .எல். ஏ. உங்க தாத்தாவ பாக்க வந்த அப்போ அங்க உங்க அம்மா ஒரு பொண்ணு கிட்ட பேசிட்டு இருந்த அப்போ உங்க அம்மா ஓட அழகுல மயங்கி பீம்க்கு அரசியல் ஆசை காட்டுறான் அதனால என்ன நடக்குது உங்க அம்மாவ அவனுக்கு ஒரு நைட் இருக்குனும் அப்படி என்று உங்க அப்பா ராஜ் கிட்ட பீம் சொல்லறான் இது ராஜ்க்கு புடிக்கல எப்படி நம்ம மனைவியை அவனுக்கு நான் அனுப்பி மாமா வேலை பாக்கறது உடனே ராஜ் ஒரு திட்டம் போடறான் அவன நம்ம இடத்துக்கு வர வச்சி கொலை பண்ணனும் என்று முடிவு பன்றான் அப்போது உங்க அம்மாவிற்கு ஒரு மூன்று மாசம் இருக்கும் நீ பிரசவிச்சி .அதுக்கு அப்ப-

றம் அவன் நீனைச்சபடி அந்த எம் .எல்.எ வருகிறான் இவன் எண்ணிய படி ஆணுறுப்பை அறுத்து கொலை செய்துவிடுகிறான் .அவன் காரில் வரும்போதே விபத்து ஏற்-பட்டது போல செய்து விடுகிறான் .இந்த விஷயம் எப்-படியோ பீம்க்கு தெரிகிறது ஓடனே ராஜ் இடம் உன் மனைவியை அடுத்தவனுக்கு கூட்டிகுடுக்க மாட்ட,ஆனால் கொலை பண்ணுவ இல்ல .என்ன வாப சொல்லுரிங்கா நான் எதுக்கு என் மனைவியை கொலை செய்ய வேண்டும் அப்பா. ஒன்னும் இல்ல உன் பொண்டாட்டி காக கொலை பண்ணிருக்க கட்சில விஷயம் தெரிஞ்ச என்ன பண்ணு-வாங்க உன்ன கொன்னுடுவாங்க சரியா இவ இங்க இருந்த இன்னும் கட்சி ல இருந்து வருவானுங்க அவனுங்க இவள பாத என்ன பண்ணுவாங்க மறுபடியும் கொள்ளனும் சரியா இவளுக்காக எத்தான பேர்த்தா கொல்லுவா ஏன் எனக்கே இவ கூடா ஒரு நாள் இருக்கனும் தோணுது நாளைக்கு நான் எதாவது பண்ண கொலை பன்னிருவ அப்படித்தான அவளை கொலைசெய்துவிடு அவ்வோலோதான் இல்லன அவல பம்பாய்க்கு உனக்கு ரெண்டே வலி தான் இருக்கு ஒன்னு அவளுக்கு மாமா வேலை பாக்குறையா இல்ல அவல கொலை பண்ணறிய உன்விருப்பம். அப்பா நம்ம தான் பண்ண கொலை கட்சிக்கு தெரியாதே அப்பறம் நாங்க ரெண்டு பேரும் சந்தோசமா எங்கையாவது போய் இருக்-குறோம் .சரி போ என்று பீம் சொல்லி விட்டு அனுப்பி-வைகிறான் .அப்போது உங்க அப்பா சந்தோஷமா நல்ல தமிழ்நாடு சொர்க்கம் போகலாம் என்று நெனைக்கும் போது அந்த கூட்டத்தில் ராஜ் இக்கு நெருக்காமாக இருக்கும் ஒரு அடியாள் வந்து ராஜ் உங்க அப்பா உனக்கு எதிர ஒரு திட்டம் போட்டுருக்காறு ,உன்ன போலீஸ்ட மாட்டி விட்-டுட்டு இந்த பொண்ண பம்பாய் ரெட் லைக்கு விக்கற-துதான் பிளான் இவள இங்கிருந்து எப்படியாவது வெளிய போக சொல்லு இந்த டைம் பீகார்ல்ல இருந்து மும்பைக்கு ஒரு ட்ரைன் இருக்கு அங்கிருந்து காலைல 5 மணிக்கு பெங்களூர்' ஒரு ட்ரைன் இருக்கு அத புடிச்சி பெங்களூர்

போன அங்க இருந்து எப்படியாவது தமிழ்நாட்டிற்கு தப்பிச்சி போக சொல்லு. சிவாவும் அப்படியே செய்யலாம் என்று ஒரு பத்தாயிரம் பணத்தை கொடுத்து இவளை அனுப்பிவிடுகி-றான் அதன் பிறகு இவன் இறந்தது போல செய்து பீம்மை நம்ம செய்து விடுகிறான் அதன் பிறகு ராஜ் போலீஸ்கா-ரர்கள் கைது செய்து விடுகின்றனர் .அப்போது ஒரு நாள் பீம் போய் ராஜ் சந்திக்கிறான் .அப்போ அவன் ராஜ் பார்த்து பேச அரம்பிகீரான் ,அப்போது உன்னை ஜெயி-லுக்கு அனுப்புனது நான் தான் என்று உனக்கு தெரியும் அதன் பிறகு என்ன நடந்தது என தெரியாதே சொல்ல-றான் கேளு நானே அந்த எம்.எல்.எ வ கொலை பண்ண தான் பிளான் பண்ண என் தெரியுமா அவன் அன்னைக்கு பேசவந்தது நம்ம வருமானத்துல அவனுக்கு ஐம்பது சதவீதம் தரன்னும்மா அப்போ தான் உன் உலகழகி அவன் முன்னாடி வந்து நின்ன அந்த ஐம்பது பெர்சென்ட் பதிலா என் பொன்-னையும் உன் பொண்டாட்டியை கேக்குறான் சரி அப்போ ஒரு பிளான் பண்ணன் இவனையும் கொல்லனும் அது நம்ம ஆளுங்கன்னு தெரிய கூடாது அதனால என்ன பண்ண உன்கிட்ட சொன்ன நீ கொலை பன்னிர்வன்னு சொன்னான் நீ கரெக்ட்ட பண்ணிட்ட ஆனா நீ ஒரு சின்ன தப்பு பண்-ணிட என்ன பா அவன் கழுத்து அறுத்து கொண்டுருத்தின பிரச்சனை இல்லை ஆனா நீ என்ன பண்ண ஆணுறுப்பை அறுத்து கொலை பன்னிருக்க அப்போ என்ன ஆகும் அது பிரேதபரிசோதனையில் தெரிய வருகிறது. அப்போ அவன் விபத்துல சாகல யாரோ அவனை ஆணுருப்பை அறுத்து கொலை பன்னனாங்க என்று அவங்களுக்கு தெரியவர்த்து அதுக்காக நம்ம ரெட் லைட் ஏரியாவுக்கு அனுப்புற ஒன்ன ஜெயிலுக்கு அனுப்புடன் இந்த விஷயம் எப்படியோ நம்ம கட்சி தலைவருக்கு தெரிஞ்சு போச்சி அவரு என்கிட்டே சொன்ன விஷயம் நீ யார காபத்தனும் பண்ணனு தெரி-யாது உன் மாகண ஜெயிலுக்கு அனுப்பீடு அதுக்கு அப்பறம் அந்த ஏரியாவுக்கு நீ தான் எம்.எல்.எ'ன்னு சொன்னாரு சரி நம்மளும் எத்தன நாளைக்கு தான் ரவுடியவே இருக்-

கறது அதுக்கு தான் ஒன்னு முடிவு பண்ண என் மகளை கொலைபண்ண அந்த சடலத்தைதான் உன் பொண்டாட்-டின்னு என்கிட்டே சொன்ன அடுத்து என் பொண்ணு ஒருத்தனோட ஓடி போய்டணு சொன்ன அதுக்கு உன் பொண்டாட்டி ஓடி போய்ட நீ அனுப்பிட்ட இப்போ இந்த பிரச்சினை எல்லாம் சமாளிச்சு போய் எம் .எல். எ , சீட்டு கிடைச்சு அத எப்படி இந்த முட்ட பசங்க ஜோசியக்கா-ரன்ட்ட கேட்ட அவன் உன் மருமக வைத்தல வளர குழந்-தையாளா தான் எனக்கு மரணம் ஏற்படுமா அதுக்கு நான் தேடி கண்டுபுடிச்சி அவள கொல்லனும் இல்லையா அது தான்\ சரியான முடிவு .எங்க அனுப்பி இருக்க சொல்லு . நீ பத்தாத்துக்கு தெளிவா அவ போட்டவா ஒன்னு விடமா எரிச்சுட்ட இப்போ என்ன பண்ணறது இந்திய புள்ள இருக்-காங்க நம்ம ஆளுங்க அவல தேடறாங்க இப்போ அவ எங்க இருக்' சொல்லுட மவனே. அதற்கு ராஜ் அவல மும்பைக்கு தான் ட்ரைன் ஏத்தி அனுப்புனான் .அத நீங்க அனுப்புன அடியாளுக்கு தெரியும் நீ தான் சாட்சி இருக்க கூடாதுன்னு கொன்னுட்ட அவன .அவல உங்களல கண்-டுபுடிக்க முடியாது அவ தமிழ்நாடுக்குள்ள இருக்க இப்போ உங்களலா தமிழ்நாடுக்குள்ள போகமுடியாது அங்கு இருந்து பொண்ண தூக்கறது கஷ்டம் .இன்னும் இருவது வருஷம் கழிச்சு தான் உங்களால போக முடியும் எனக்கு தெரி-யும் உங்க மேல திருட்டு கேஸ் அதிகமா இருக்கு உங்-களுக்கு பதிலா ஒருத்தன் அங்க ஜெயில்ல இருக்கான் அவனுக்கு போக வேண்டிய காச அனுப்பிவைகல அதனால உங்க மேல அந்த கூட்டம் செம்ம கடுப்புல இருப்பானுங்க சரியா இருவது வருஷத்துக்கு என் மனைவி பத்திரமா இருப்ப போய் எப்படி கட்சில எப்படி அரசியல் பண்ணலாம் என்று முடிவு பண்ணுங்க என் மனைவியை விட்டு வேற வேலைய பாருங்க.என்று ராஜ் சொல்லிவிடுகிறான் .அதன் பிறகு அந்த திட்டத்தை உங்க தாத்தா தள்ளி போடறான்

இப்போ உங்க அம்மா எப்படி தப்பிச்சி வந்தாங்க சொல்-லறான் கேளு உங்க அம்மா பீகார்ல இருந்து எப்படியோ

தப்பிச்சி மும்பை வராங்க அங்க இருந்து பெங்களூர் வராங்க அதன் பிறகு பெங்களூர்ல இருந்து அவங்க சொந்த ஊரு கெளம்பி போறாங்க ஆனா அவங்க அம்மா அவங்கள அனுமதிக்கள உங்க அம்மாவின் புகைப்படத்திருக்கு மாலை அணிவித்து வாசலில் தொங்க விட்டு உள்ளார் அதன் பிறகு எங்கு போவது என்று தெரியாமல் அவங்க திருச்சிக்கு வராங்க ஸ்ரீரங்க கோவில்ல போய் படுத்து தூங்கரங்க அப்போ அந்த கோவில் ஐயர் சில மணிநேரத்திற்கு பின் அவர்களை வெளிய போக சொல்லறாங்க அவங்க வெளிய போய் ஒரு நட்சித்திர விடுதில போய் தாங்கராங்க அங்க போன விபச்சாரம் நடகும் விடுதி அங்க போலீஸ் காரர் பாத்து விசாரணை செய்து அன்னை தெரசா இல்லத்தில் வேளைக்கு சேர்த்து விடுகிறார் .அதன் பின்னர் உனது தாய் சந்தோசமாக இருக்காங்க .அதன் பிறகு ஆயிரத்தி தொலையரதி தொநூற்றி மூன்று ஆகஸ்ட் இருவத்தி ரெண்-டாம் தேதி அவங்களுக்கு வானில் பிளக்கும் ஒரு தேவதை பிறந்தால் அந்த தேவதைக்கு அவங்க அம்மா வாய்த்த பெயார் கயல்விலழி அதன்பிறகு மூன்று வயது வரைக்கும் தாய் மற்றும் எனது கயல்விழி சந்தோஷமாக இருக்கீறார்கள் அப்போது ஒரு நாள் அவங்க கடைக்கு போகும் போது ஒரு லாரி வந்து அவள் மேல் மோதி உங்க அம்மா இறந்து போய்டுவாங்க அதன் பிறகு உன் அம்மாவை யாரு கொன்-னாங்க தெரியுமா பீம் தான் பீகார் ல இருந்து சரக்கு எத் திட்டு வந்த லாரில உங்க அம்மாவ அடிச்சு கொன்னு-டாங்க. அந்த லாரி ஓட்டுனர் ஆள் உன்னை கண்டுபுடிக்க முடியவில்லை . ஒரு மாதம் கழித்து சுந்தரம் என்பவன் இரண்டு பெண் குழந்தைகளை தத்து எடுக்கிறான் கயல்-விழி அப்பறம் ஹேமா ,அது என்னோமோ தெர்ல உனக்கு அவன் வச்ச பேரு தான் பிரியா பின்னர் உங்களை நன்-றாக வளர்கிறார் ஹேமாவிற்கு இருவது வயசுல லவ் வருது அவனோட பெயர் தான் பிரவீன் .அவனும் உன் தந்தை-யோட ஆள்தான் ,உன் வளர்ப்பு தந்தையோட ஆள் தான் அப்பறம் உன் தந்தை என்ன வேல பாக்குரான் ஊருக்கு

பரொவ்சிங் சென்டர் வச்சிருக்கான் அப்பறம் கம்ப்யூட்டர் கிளாஸ் நடத்துறான் தான தெரியும் ,ஆனா அது மட்-டும் அவன் பன்னால அதிகமா போலி அக்கௌன்ட் ஓபன் பண்ணி உன்ன மாறி யாரும் இல்லாத பொண்ணுங்க அப்-பறம் அவங்க போட்டோவ வச்சி ஆன்லைன்ல வியாபா-ரம் பேசுவான் .உனக்கு எவ்ளோ ரேட் தெரியுமா 1 கோடி .ஒரு நைட்க்கு ஹாங்காங்ல . அதுக்கு அப்பறம் இவன் கிட்ட இருந்து பொண்ணுங்கள வாங்கி விக்கறது தான் உன் தாத்தா பீம் ஓட வேலை .உனக்கு இன்னொரு விஷயம் சொல்லறன் .உன் தங்கச்சி சாகல அவ இப்போ மும்பைல இருக்கா. உங்க அப்பா ஜெயில்ல இருந்து வெளிய நேத்து வந்துட்டாரு. அவரு அவல காப்பத்திருவாறு நான் பேசிட்-டன்

.

பிரியா கட்டிபிடித்து அழுகிறாள். .

பிரியா மற்றும் சிவா திட்டம் தீட்டுதல்

பிரியா மற்றும் சிவா இருவரும் ஒரு திட்டம் தீட்டுகின்றனர் பிரியா இப்போ எனக்கு எல்லா விஷியமும் தெரியும் என்று உங்க அப்பாக்கு தெரியும் ,சோ அதனால காலைல அவனுக்கு நெஞ்சுவளிக்குதுன்னு சொல்லி கத்துவான் ,அனா உனக்கு விஷயம் தெரிஞ்சது என்று துளி கூடா அவனுக்கு தெரிய கூடாது நைட் லேட்ட தான் வருவான் இப்போ மணி என்ன எட்டு அன்ன அவன் பதினோரு மணி ஆயிடும்.நாளைக்கு அவனுக்கு பெரிய பிராஜெக்ட் இருக்கு அவனுக்கு இத சிற்ப செஞ்ச அவனுக்கு 50கோடி கெடைக்கும் அதனால.உன்ன கடதுரதுக்கு எந்த லெவல் வேணுனாலும் போகலாம் .சரி அவன் அனுபுரா ஆம்பு-லன்ஸ் இக்கு முன்னாடி நம்ம ஆம்புலன்ஸ் வரணும் அத வைஷ்ணவி அப்பா அந்த ஆம்புலன்ஸ் ரெடி பண்ணி தந்-துருவாறு ,அவன் ஆம்புலன்ஸ் இக்கு வரது ஐந்து நிமிஷத்-துக்கு முன்னாடி வந்துரும் அதல அவன ஏத்திட்டு நம்ம நம்ம பைகல போகணும் ,அதுக்கப்பறம் எப்படியாவது நம்ம பெங்களூர் போயரணும் .அத நான் பாத் துக்கரன் .நம்மள இவ்வொலோ யோசிக்கரமே அவன் யோசிக்க மாட்டான் .

இப்போ கூடா வெளிய இருந்து நம்ம பேசிட்டு இருக்-கறத கேட்டுட்டுதான் இருக்கான் பிரகாஷ் .அவன் சுந்-தரதிருக்கு இன்போர்ம் பண்ணுவான் இப்போ நம்ம இந்த நிமிஷம் இங்கிருந்து போகணும் நான் பின்னாடி ஜன்னல் ஓடைச்சுடன் அங்க குமார் பைகல வெயிட் பண்ணிட்டு இருக்கான் வா என்று ஜன்னல் வழியாக ஜம்ப் பண்ணறாங்க ..அப்போது பிரகாஷ் அந்த மாடியில் வந்து பார்த்தால் அங்கு யாருமில்ல .உடனே பிரகாஷ் சுந்தரத்திற்கு போன் செய்து அவங்க கிளம்பிட்டான் . சுந்தரம் ஷிட் அவன எப்-படியாவது புடி அவர்களும் ஏர்போர்ட் ,அதன் பிறகு எல்லா போகுவரத்து தளவாடங்களிலும் தேடுகின்றனர் சுந்தரத்தின் கைகளில் கிடைக்கவில்லை .பொழுது விடிகிறது அப்பொழு-

தும் அவர்கள் கிடைக்கவில்லை .சுந்தரத்திற்கு ஒரு போன் வருகிறது அதில் பேசுபவன் பீம் .என்ன சுந்தரம் பார்சல் அனுப்பிட போல எல்லாம் கரெக்ட்டா தான் போய்யிட்டு இருந்துச்சி இடைல இந்த சிவா வந்து எல்லாம் வீனபோச்சி, நான் தான் அன்னைக்கே சொன்ன கல்யாணம் பண்ணிட்டு வந்த அன்னைக்கே கொள்ள சொன்னான் .டிவி யா பாரு இப்போ உன்ன பத்தின விஷயம் இப்போ வெளிய தெரிஞ்-சுருச்சி இப்போ என்ன பண்ணலாம் சொல்லு சுந்தரம் ! பிரகாஷ் கிட்ட போன் குடு பிரகாஷ் இடம் போன் குடுக்-கிறான் சுந்தரம் யாவன் பீம் சொன்னதுக்கு எல்லாம் சரி என்று சொல்லிவிட்டு பிறகு துப்பாக்கி எடுத்து அவனை சுட்டுகொன்று விடுகிறான் சுந்தரத்தோட ஆளுங்க இப்போ நமக்கு உதவி பண்ணமாட்டாங்க இனி நம்ம ஆளுங்கள நான் அனுப்புறான் அவன முடிச்சுட்டு பிரியாவ தூக்கிட்-டுவா சரி .நான் பன்னரன்

பிரியா மற்றும் சிவா இருவரும் வைஷ்ணவி வீட்டில் இருந்து கிளம்புதல்

அங்கிருந்து தப்பிய சிவா & பிரியா இருவரும் வைஷ-ணவி வீட்டிற்கு சென்று அன்று இருவு முழுவதும் அவங்க இல்லத்தில் தங்குகின்றனர்.

அப்போது சிவாவிடம் இப்போ எதுக்கு இங்க வந்துரு-கோம் சிவா .இப்போ நம்மள தேடறவங்க சிட்டி முழுக்க தேடுவாங்க இப்போ உங்க அப்பன் அழுங்க உக்ரமாக எல்லா ஹோடேல்ஸ் பஸ்ஸ்டாண்ட் ரயில்வே எங்க எல்லா இடத் தளையும் தேடுவாங்க நம்மள ஒரு அரசியல்வாதி அது ஆளும்கட்சி எம்.பி வீட்டுல தேடனும்ன்னு அவங்க-ளுக்கு தெரியாது .அதன் விடியும் போது உங்க அப்பனுக்கு ஆப்பு வச்சிருக்கன் சரி படு .சிவா மற்றும் பிரியா இருவரும் நைட் முழுவதும் தூங்காமல் இருகின்றனர் அதன் பிறகு காலை விடிந்தவுடன் ,தொலைகாட்சியில் சுந்தரம் இறந்து விட்டதாகவும் அவனை பத்தின எல்லாம் விஷயம் வெளிய வந்ததாகவும் இருகிறது ,பிரியா ஆச்சிர்யம் அடைகிறாள் .சிவா எப்படி பண்ண ஒரு நெட்ல எப்படி பண்ண .ஒரு நெட்ல பன்னால உன்ன பாத்த அன்னைலுருந்து பண்ண விஷயம்.. அப்போது தனுஷ் உள்ள இருந்து வருகிறான் அப்போ பிரியா இவன் தான் தனுஷ் எதிகள் ஹேக்கர் இப்போ ராணுவத்துல டெக்ணீகல் வீரர் சேரதுக்கு எக்ஸாம் எழுதி இருக்கான் ,இவன் தான் நம்ம ஆபரேஷன் ஓட கர்-ணன் மாறி இவன் தான் நம்ம கவசம் ,சரி பாதி போர்ல ஜெயசுடோம் இன்னும் மீதி போர் இருக்கு .நம்ம பிர-காஷ் டிராப் பண்ணி புடிக்கணும் அப்பறம் ஹேமவ காபத்-தணும் .அதுக்கு நம்ம பெங்களூர் போகணும் ஏன் பெங்-களூர் என்ன இருக்கு என்கிறாள் பிரியா அதற்கு சிவா ஒனும் இல்ல பெங்களூர் என்னோட கோட்டை அங்க இருந்து உன்ன பீம் பாட்ணனுக்கு அப்பனே வந்தாலும் முடி-யாது .சரி சிவா அப்பா ஓட கார் எடுத்துட்டு போ அப்பா தான் யாரும் உன்ன பால்லொவ் பண்ணி வரமாட்டாங்க

இல்ல வைசணவி நம்ம அவன ஈகோ தொட்டம்னா தான் அவன் நம்ம கைல சிக்குவான் ,அதுக்கு நம்ம சாதாரண ஆளுங்க யூஸ் பண்ணற வைக்குள் யூஸ் பண்ணனும் புரி– யுதா ஓகே சிவா நாங்க என்ன பண்ணனும் இப்போ சுந்த– ரத்தோட ஆளுங்க எவனும் நம்மள பின்னாடி தொரத்திட்டு வரமாட்டான் இப்போ வெளிய அவனுங்க எதாவது பிரிச்– சனை பண்ண ஜெயிலுக்கு போகணும் அதனால அவங்க யாரும் நம்ம பின்னாடி வர மாட்டனுங்க இப்போ பீம் ஓட இங்க கம்பெனில வேலை பாக்குற வடநாட்டு அடியாள் தான் தொரதுவானுங்க .அவங்க இப்போ ரெண்டு டீம்ம பிரி– வாங்க ஒன்னு பிரகாஷ் ஓட டீம் இன்னொன்று பீம் போன் வழிய நடத்துற டீம் நம்ம சிக்க வேண்டியது பீம் போன் மூலியமா வழிநடத்துற டீம் கிட்ட பிரகாஷ் டீம் கிட்ட தப்பி தவறி கூடா நம்ம மாட்டிர கூடாது ,அவன நம்ம இங்க புடிச்ச ஹேமவ வெளிய எடுத்துட்டு வர முடியாது அந்த காரணத்த நான் பின்னாடி சொல்லறான் ,

மச்சான் பிரகாஷ் இப்போ அந்த எங்க வீட்டுல இருக்– கான் எங்கள பத்தி தேடிட்டு இருப்பான் நான் எல்லா கம்ப்யூட்டர் எரிச்சுட்டன் .சோ வைசு நீ என்ன பண்றனா அவன காரணம் இல்லம ஒரு ரெண்டு மணிநேரத்துக்கு லாக் பண்ணு போலீஸ்ஸ வச்சி . தனுஷ் நீ என்ன பண்ணற நான் அங்க இருந்து சொல்லற விஷயத்த பண்ண போதும் .

அதன் பிறகு தான் நாம் பார்த்தோமே அவர்கள் பெங்– களூர் தப்பி சென்றதை அதன் பின்னர் எப்படி ஹேமாவை மீட்டனர் என்று பாப்போம்

சிவா பிரகாஷ்ற்கு சவால் விடுதல்

சிவா மற்றும் பெங்களூர் வந்தது கிருஷ்ணகிரி செல்வதற்கு முன் பீம் பத்தின சில விஷயங்களை மீடியா முன் தெரிவிக்க வேண்டும் என்று முடிவு செய்து இருபது அதன் பிறகு பிரகாஷ் இருக்கு நேரடியாக சிவா போன் செய்கிறான் ,

சிவா மற்றும் பிரகாஷ் இருவரின் உரையாடலை பிரியா கேட்கிறாள் நாமும் கேட்போம் ,பிரகாஷ் நான் உனக்கு ஒரு கதை சொல்லட்டுமா .பிரியா நீயும் கேளு காட்டுல ஒரு அழகான தேவதை ஒருத்தங்க மாட்டிக்கிட்டங்க அங்க இருக்க மிருகம் எல்லாம் இந்த தேவதையை கொள்ள சதி செய்றாங்க ஆனா அந்த ஒரு வேட்டைக்காரன் அந்த காட்டுக்கு வரான் அவனுக்கு அவன் வேட்டைக்கு வந்த இடத்துல ஏதும் கிடைக்கல சரி என்ன பண்ணலாம் இருக்கும் போது அப்போ அவனுக்கு அவன் பார்த்ததுலேய அழகான தேவதை அவன் கண்ணனுக்கு புலபடுக்கிரால் .அவன் எப்படியோ பேசி அவளை அந்த வேட்டைக்காரன் காதல் வலையில் வைக்கீரான் அதன் பிறகு மொத்த மிருக கூடத்துக்கும் அந்த வேடைக்காரனை கொன்று இந்த தேவதையை அடைய வேண்டும் என்று ஆசை அனால் அதற்கு அந்த வேட்டைகறான் ஒரு திட்டம் போட்டு அவனது கோட்டைக்குள் அந்த தேவதையை அழைத்து சென்று விட்டான். .அதன் பிறகு அந்த மிருகத்திற்கு சவால் விடுகிறான் ஒத்த நான் பெங்களூர்ல தான் இருக்கான் முடிஞ்ச வந்து என்ன கொன்னுட்டு இவள தூக்கிட்டு போடா . whatsapp-ல அட்டரஸ் அனுப்பிருக்கன் முடிஞ்சா வாட .

நான் வரண்ட .உன்ன கொல்லாம விடமாட்டேன்ட

தளபதி ஸ்டைல் ல சொல்லணும் நா ஜ யம் வைடிங் !

பிரகாஷ் பெங்களூர் வருகிறான்

பிரகாஷ் பெங்களூர் வருவதை தெரிந்து கொண்டு பீம் அவனுக்கு போன் செய்து போகதடா என பீம் சொல்லு-கிறார் அதற்கு பிரகாஷ் சம்மதிக்க வில்லை உடனே பீம் அவனை கொலை செய்ய திட்டம் போடுகிறான்' அதில் இருந்து தப்பி அவன் பெங்களூர் வருகிறான் .அதன் பிறகு அவன் சிவா இருக்கும் இடத்திற்கு வருகிறான் அப்போது அவனுக்கு ஒரு அதிர்ச்சி காத்து இருக்கிறது அப்போது சிவா ஓட ஒருத்தர் இருக்கிறார் அவர் பெயார் தான் விஷ்வா அவர் தான் சிவாவின் தந்தை அவர் வந்து பெங்-களூர் இருக்கும் ஒரு அரசியல்வாதி ,அவர் ஒரு மத்திய அமைச்சர் அவரின் மகன் தான் இவன் அந்த ஆடம்பர வாழ்கையை விட்டு அவனது உழைப்பில் வாழ்பவன் தான் சிவா . நம்ம ஊரு அமைச்சர நமக்கு தெரியும் ஆனா அடுத்த ஸ்டேட் அமைச்சர் பையன தெரியாது அவ்வோ-லோதான் .இப்போது பிரகாஷ் செய்வது புரியாமல் நிற்-கிறான் அப்போது பிரகாஷ் அவனுக்கு போன் வருகிறது .அதை சிவா அட்டென்ட் பண்ணி பேசுறான் ,,டேய் முட்-டாள் அங்க போகதனு சொன்னான் கேட்டையா என்னடா நீ போனா .இப்போ ஹேமவ அவன் தூகிட்டான் போடா லூசு என்ன பெருசு நீ பிளான் லம் சரியாதான் போடுற ஆனா அத செய்யல் படுத்த மாட்டிக்கிர சரி கடைசியா சொல்லரேன் மூடிட்டு போன் கட் பண்ணாம லைன்ல இரு .பெங்களூர் போலீஸ் பிரகாஷை கைது செய்கிறது ஹேமா மும்பை இருக்கும் ரெட் லைட் ஏரியால இருந்து வருகிறாள் .

    பிரகாஷ் போலீஸ் தப்பிக்க முற்பட்டதாக கூறி அவனை சுற்று கொன்றுவிடுகின்றனர் அதன் பிறகு ராஜ் பீமை கொலைசெய்கிறான்

    உங்களுக்கு ஒரு சந்தேகம் இருக்கும் ஏன் இவனை திருச்சில வச்சி கொல்லாம பீம் எதற்கு பயந்தான் நா திருச்-

சில இவன் கொன்னுருந்த ஹேமா வெளிய வந்துருக்க மாட்ட அவங்களுக்கு தேவ பிரகாஷ் கெடையாது அவங்களுக்கு தேவ பிரியா மற்றும் ஹேமா தான் ,அதனால பிரகாஷ் மேல பாசம்மா இருக்கறது ராஜ் ஓட தம்பி ரன்வீர் சோ பிரகாஷ் சாதரண ஆள்ட இருக்கான ரன்வீர் அவன் அந்த பொண்ண வெளிய விற்றுக்க மாட்டான் .இதுவே ஒரு பெரிய புள்ளி அவன்னா தூக்குன அவன்னுக்கு பயம் வரும் அதன் வைஷ்ணவி அப்பாவும் பெரிய புள்ளி தான் ஆனால் அவனுக்கு இந்தியவே பயப்படும் ஆள் தேவைப்பட்டது அதற்கு அவன் தந்தை விஸ்வவே' இருக்கும் போது ராஜ் ஹேமாவை அழைத்து வந்த பின்னாடி பீமை கொன்றுவிட்டு ஹேமாவை விமானம் ஏற்றிவிட்டு அவர் தற்கொலை செய்து கொண்டார் ஏன் என்றல் அவர் அந்த விபச்சார விடுதிக்குள் நுழையும் போது அவருக்கு அதை பார்த்து அவருக்கு ஏற்படும் மணாளுதைத்தை அவரால் தாங்க முடியயவில்லை உடனே தற்கொலை செய்து கொள்கிறார்' . ரன்வீர் இக்கு அவனது மகன் சடலம் கூடா கிடைக்கவில்லை

சிவா மற்றும் விஷ்வா உரையாடல்

என்ன ,மகனே அப்பன் கிட்ட சொல்லாம கல்யாணம் பண்ணிட்ட நான் உனக்கு புடிக்கும் சொலிட்டு கீர்த்திசு- ரேஷ்ஸ பொண்ணு பாக்கலாம் இருந்தன் நீ அதுக்குள்ள இப்படி வந்து நிக்கிற .இப்பையும் ஒன்னும் கெட்டுப்போகல இவளுக்க அந்த பீகார் கார பெரிய கும்ப்ள மொத்தமா சண்டைபோடாம வெறும் மூளைய வச்சி முடிச்சுருக்க ,சரி அடுத்து என்ன பண்ண போற என்குட இறுகையா இல்ல மறுபடியும் தமிழ்நாடு போரைய? இல்ல. என்ன திட்டம் வச்- சிருக்க ?ஒனும் இல்ல இப்போதைக்கு அடுத்து ,செர்பியா போய் அங்க கொஞ்சம் நாள் இருக்கலாம்ன்னு இருக்கன்ப .எப்போ கிளம்புற அடுத்த மாசம் எக்ஸாம் இருக்கு அத முடிச்சுட்டு போலாம்ன்னு இருக்கான் திருச்சில அந்த எம் .பி க்கு சொந்தமான வீடு இருக்காம் அங்க தங்கிகோ அந்த பொண்ண உங்களோட அனுப்ப முடியாது நான் நிமான்ஸ்ல அட்மிட் பண்ணி நம்ம ஆளுங்கள விட்டு பாத்- துக்க சொல்லறான் நீ ஒன்னு பீல் பண்ணாத நான் பாத்- துக்கரன் பிரியா .சரியா. சரி மாமா என்கிறாள் பிரியா ,நல்ல பையன் பாத்துக்கோ ,சரி நான் வரன் இப்போ எதுல போற பைக்ல போலாம் அப்படின்னு கிருஷ்ணகிரி போயிட்டு அப்பறம் சென்னை போயிடு அதுக்கு அப்பறம் திருச்சி போய் எக்ஸாம் முடிச்சுட்டு அடுத்த நாள் செர்பியா போலாம்னு இருக்கான் ஓகே வ பா சரி காலை டவுன்பஸ்ல ஏறி அத்திப்பள்ளி போயெடுருந்த அதன் உன்கிட்ட சொல்- லிட்டு கிருஷ்ணகிரி போயிறலாம் நெனைச்சன் அப்பறம் தான் நீங்க பாக்கணும் சொன்னிங்க வந்தன் வேற ஏதும் இல்ல அப்பா . சரி மருமவளே நீ எதாவது சொல்லறிய .? இல்ல மாமா இவன் college இக்கு ஒழுங்காவே வர மாடிக்கிறான் எனக்கு அப்பா அம்மா இல்ல என்று பொய் சொல்லி காலேஜ்ல சேர்ந்து இருக்கான் அத நான் தான் செய்ய சொன்னான் நமக்கு எதரி அதிக பேரு இருக்-

காணுங்க அவனுங்க திடீர்னு அட்டாக் பண்ணங்க என்ன பண்ணறது அதன் சரி நீ அசை பட்ட மாரி அவன் என் பையன்னு உங்க college ல பதிவு பண்ணிக்கலாம் விடு ஹ்ம்ம.வேற ஏதும் இல்லையே. இல்ல மாமா .டேய் ஒழுங்கா college-க்குபோ சரியா சரியா கார் எடுத்துட்டு போ பைக்ல போய் ஒன்னும் கிழிக்க தேவ இல்ல சரிபா சரி பாத்து பத்-தரம போய் சேறு .

பிரியவும் சிவாவும் அங்கிருந்து காரில் கிளம்புகின்றனர். சி

நன்றி

சிவா நம்ம இடையில் சொல்ல வரும் கருத்துக்கள்யா-
தெனில் நம்மல ஒரு பொண்ணு நம்மல நம்பிட்ட அவ்-
ளோடைய பிரச்சினையை சமாளிக்க நம்ம சண்டை எல்-
லாம் போடணும் அவசியம் இல்ல தெளிவா நம்ம மூளைய
யோசிச்சி சிந்திச்சா போதும் அவல வெளிய கொண்டுவ-
றதுக்கு போதும் இந்த நாட்டுல பல பெண்கள் வெளிய
சொல்ல முடியாம மனசுக்குள்ள பிரச்சனை சுமந்து கொண்-
டுதான் இங்கு வாழ்கின்றனர் .அவர்கள் வேலைக்கு போகும்
வரும் பிரச்சனையை அவர்கள் வீட்டில் உள்ள ஆண்களி-
டம் சொல்ல பயம் ,அவர்கள் எதோ தப்ப பேசுவார்களோ
இல்லை இவங்க எதோ தப்ப பேசுவாங்கள என்று .இங்க
பேசுபவர்கள் யாரும் உத்தமன் கிடையாது அத பத்தி புரிஞ்-
சுகோங்க பெண்களே. இந்த தேவதை காபத்த சிவா இருந்த
மாறி. இன்னும் ஆயிரம் சிவா உருவாக வேண்டும் என்பதே
என்னுடைய வேண்டுகோள் ,

    இந்த புத்தகத்தை வாசித்த அனைவர்க்கும் நன்றி

    ஆணும் பெண்ணும் நிகரெனக் கொள்வதால் அறிவி
லோங்கி இவ் வையம் தழைக்குமாம் பூணு நல்லறத் தோடிங்-
குப் பெண்ணுருப் போந்து நிற்பது தாய்சிவ சக்தியாம்;
நாணும் அச்சமும் நாய்கட்கு வேண்டுமாம்; ஞான நல்லறம்
வீர சுதந்திரம் பேணு நற்குடிப் பெண்ணின் குணங்களாம்;
பெண்மைத் தெய்வத்தின் பேச்சுகள் கேட்டீரோ!

    என பாரதியார் கவிதைக்கு இனகாங்க நாம் போற்று-
வோம்

www.ingramcontent.com/pod-product-compliance
Lightning Source LLC
Chambersburg PA
CBHW021803150726
47989CB00004B/1776